Thưa Mẹ

tuyển tập thơ văn

PHƯƠNG TẤN

Nhà Xuất Bản

NHÂN ẢNH

Tuyển tập thơ văn: Phương Tấn
Cảm nhận: Thiếu Khanh - Phan Ni Tấn - Quy Hồng
Bìa: Uyên Nguyên Trần Triết
Tranh: Bé Ký
Biên tập: Công Huyền Tôn Nữ Qui Hồng
Dàn trang: Văn Tuyển Sài Gòn
ISBN: 9798869108876
Nhân Ảnh
Xuất Bản
2024

Mẹ so đũa gắp lòng reo trong mắt
Gắp một đời rót xuống chén cơm con

Nhà thơ, dịch giả
Thiếu Khanh

XÚC ĐỘNG ĐỌC "THƯA MẸ" CỦA PHƯƠNG TẤN

Lòng Mẹ bao la như biển Thái Bình rạt rào,
Tình Mẹ tha thiết như dòng suối hiền ngọt ngào,
Lời Mẹ êm ái như đồng lúa chiều rì rào,
Tiếng ru bên thềm trăng tà soi bóng Mẹ yêu.

...

Có lẽ không một người Việt nào ở Miền Nam Việt Nam trước đây mà không từng nghe hay thuộc lẩm nhẩm ít nhất vài câu của bài hát *"Lòng Mẹ"* rất cảm động này của nhạc sĩ Y Vân.

Mẹ là người gần gũi thân thiết nhất của mỗi người. Trong lòng chúng ta, mọi con người ở khắp năm châu, đều có hình ảnh người Mẹ yêu kính của mình.

Hình tượng người Mẹ đã có từ khi bắt đầu có loài người. Mẹ là nhân vật đầu tiên và thân thiết nhất của mỗi con người sinh ra trên trái đất này. Sự vĩ đại của Mẹ, và tình yêu thiêng liêng Mẹ dành cho con cũng đã có từ đó. Có thể có những đứa con ngỗ nghịch ở đâu đó, nhưng bao giờ Mẹ cũng yêu thương con, tình yêu của Mẹ có thể so sánh với sự bao la vô hạn của trời đất. Người Do Thái có câu nói: *"Thượng Đế không thể có mặt ở mọi nơi, vì vậy Ngài đã làm ra những người Mẹ"*. (God could not be everywhere, and therefore he made mothers). Mẹ thay mặt cho Thượng Đế. Tức là, về một mặt nào đó, Mẹ cũng lớn lao cao cả như Thượng Đế. Tuy vậy, người Tây phương thường coi Mẹ như một thiên thần.

Người ta kể, Abraham Lincoln, vị Tổng thống thứ 16 của Hợp Chúng Quốc Hoa Kỳ từng có lần nói: *"Tất cả những gì tôi được như hôm nay hoặc tôi hy vọng đạt được, đều nhờ ở người Mẹ thiên thần của tôi"*. (All that I am or ever hope to be, I owe to my angel mother").

Người Trung Quốc tôn những bà Mẹ sinh ra các bậc thánh nhân là Thánh Mẫu, nhưng một trong những nền văn hóa phụ hệ sớm nhất của loài người này, người phụ nữ không có vị trí quan trọng trong gia đình và xã hội. Mặc dù tình yêu vô điều kiện của họ dành cho con cũng lớn lao như của tất cả những bà Mẹ khác của loài người. Vì vậy, ngoài các Thánh Mẫu của các thánh nhân, dường như người Tàu không có một hình ảnh tinh thần thiêng liêng dành cho người Mẹ của họ - như hình ảnh Mẹ-thiên-thần của người Tây phương, hay hình ảnh Mẹ-bà-tiên của người Việt Nam. Người Việt coi Mẹ là một bà tiên đẹp đẽ, hiền hậu và đầy lòng yêu thương. Khi mình lớn lên, có tuổi tác rồi, dù Mẹ có trở nên một nhân vật thực tế hơn, nhưng bao giờ Mẹ cũng gần gũi với hình ảnh bà tiên dịu hiền dành tất cả tình thương yêu cho con, và mình luôn yêu kính Mẹ.

Nhà thơ Phương Tấn, một người từ nhỏ đã thiếu tình cha, vì:

Cha tôi theo cách mạng
Huyễn mộng giữa đất trời
Sầu đùn theo năm tháng
Mẹ đợi bóng ma trơi.
(Trích: Đợi Bóng)

Cha đi từ thuở nọ
Biệt tích giữa chiến khu...
(Trích: Cuốn trôi giấc mơ tiên)

Phương Tấn cùng các anh em ông sống với Mẹ, và hiểu hơn ai hết tình yêu thương của Mẹ. Nhưng Mẹ ông là một "bà tiên bất hạnh":

Mẹ, bà tiên bất hạnh
Gượng leo dây một chân
Quẩy quạnh hiu một gánh
Chập choạng vào thế gian.

Mẹ, bà tiên bất hạnh
Gượng leo dây một tay
Quẩy quạnh hiu một gánh
Chập choạng vào thế gian.
(Trích: Đời có chi ngộ quá)

Mẹ ông nghèo quá, như thân cò gầy rạc nuôi bốn đứa con:

Bốn thằng con sống chung cùng manh chiếu
Cùng chút xương người mẹ róc cho con.
(Trích: Thư cho em trai
ở Quân Y Viện Nguyễn Huệ, Nha Trang)

Trong cảnh nghèo vất vả:

Mẹ cười, bưng bát cơm thiu
Ầu ơ, móm mém hắt hiu phận bèo.
(Trích: Ầu ơ,
con ẵm bóng theo tạ đời)

Người Mẹ của nhà thơ Phương Tấn gặp người "bạn" nào đó khuyên bà... bán bớt con:

Gặp bạn thời bạc phước
Khuyên Mẹ bán bớt con
(Trích: Cuốn trôi giấc mơ tiên)

Lời khuyên tàn nhẫn của người "bạn" của Mẹ ông khiến người ta hình dung được hoàn cảnh của mẹ con ông lúc bấy giờ cơ cực thê thảm đến mức nào. Tuy vậy, Mẹ ông đã khẳng quyết thà bán chính mình chớ không bán con mình:

Mẹ ôm con khóc mướt:
"Bán Mẹ, không bán con".
(Trích: Cuốn trôi giấc mơ tiên)

Quyết định *"Bán Mẹ không bán con"* của Mẹ ông, bỏ qua cái nhìn trắc ẩn và lời khuyên đau lòng của người bạn, là phát xuất từ sức mạnh của tình thương yêu rất thiêng liêng và vĩ đại của người Mẹ, trùng hợp với nhận xét của Agatha Christie, nhà văn người Anh nổi tiếng, chuyên viết tiểu thuyết về tội phạm, trong truyện ngắn *The Last Seance*, bà nói: *"Tình thương yêu của người Mẹ dành cho con mình là không giống với thứ gì khác trên đời. Nó bất chấp luật lệ, bất chấp sự trắc ẩn của người khác nhìn mình, nó coi thường mọi thứ, và đập nát không thương tiếc tất cả những gì ngăn cản sự thể hiện của nó."* (A mother's love for her child is like nothing else in the world. It knows no law, no pity, it dates all things and crushes down remorselessly all that stands in its path).

Và Nina Grey, một nhân vật trong *Eden,* cuốn thứ ba của bộ tiểu thuyết *Providence (Providence, Requiem, và Eden)* của Jamie McGuire cũng xác định như thế: *"Tình yêu của người Mẹ là tất cả... Nó là thứ mang đứa con vào với thế gian. Nó là thứ hun đúc nên toàn bộ bản chất cuộc sống của chúng. Khi người Mẹ nhìn thấy con mình lâm nguy, bà có thể làm mọi thứ, theo nghĩa đen, để cứu nó. Những người Mẹ đã nhấc bổng chiếc xe đang đè lên các con mình, và hủy diệt toàn bộ nhiều triều đại. Tình yêu của người Mẹ là năng lực mạnh mẽ nhất mà con người đã biết đến."* (A mother's love is everything, (...). It is what brings a child into this world. It is what molds their entire being. When a mother sees her child in danger, she is literally capable of anything. Mothers have lifted cars off of their children, and destroyed entire dynasties. A mother's love is the strongest energy known to man).

Những điều này giúp ta hiểu: Phương Tấn - đứa trẻ sinh thiếu tháng nuôi trong lồng kính - đã sống sót và trưởng thành, cùng với các anh em của ông, dưới ý chí mạnh mẽ và tình thương bao la của người Mẹ:

Cha mẹ tôi Việt Nam
Loài da vàng mũi tẹt
Bị đạp xuống đá lên
Lềnh bềnh trong bể máu.

Tôi là tên thiếu tháng
Từ lồng kính bước ra
Cùng một nỗi phiền muộn
Trên phận đen mỗi người.

Từng bụm cát xát máu
Trên tay lũ con Tây
Trút vào mũi vào miệng
Thằng bé con Việt Nam.

Bằng hai tay nắm chặt
Bằng quả cảm trong thân
Từng dấu chân chiu chắt
Giữa dòng sống mù sương.

Ước mơ nào trong mắt
Mùa xuân của ấu thơ
Từng đêm nằm se sắt

Nghe tiếng thầm bơ vơ.
(Trích: Im lặng sẽ hóa điên)

Và chúng ta cũng hiểu được: nhà thơ Phương Tấn không chỉ làm thơ về Mẹ, mà ở tuổi ngoài thất thập (Phương Tấn sinh năm 1946) còn dành riêng một tập thơ để ca ngợi và tưởng nhớ Mẹ mình, *"Tập thơ Thưa Mẹ":*

Con lột mũ cởi giày và tháo mép
Những chua ngoa xin mắc lại cho đời
Nay trở ngựa rầu rầu qua lưng mẹ
Thân cũng tàn con gõ lấy mà chơi.

Xin đừng hỏi e một lời cũng mỏi
Tương tàn kia bòn mót hết xương da
Con ngồi gỡ trăng phơi trong mắt lạnh
Lấy nắng chiều hong một chút sầu khuya.
(Trích: Thưa Mẹ)

Nếu coi Mẹ là Thánh Mẫu, hay là Thiên Thần, những hình tượng đó đều hàm ý một điều gì siêu nhiên, cao cả, và dường như chỉ để kính trọng - và có ít nhiều sợ hãi kiểu "kính nhi viễn chi" - chớ ít gần gũi thân thiết với con người như hình ảnh bà tiên. Tuy bà tiên cũng chỉ là một hình ảnh tưởng tượng, nhưng thích hợp với tinh thần văn hóa của người Việt hơn. Một vị Thần Thánh thường gợi hình ảnh một đấng oai nghiêm, không bao giờ cười, và có thể ngự trên bàn thờ; còn một bà tiên thì không như thế. Bà tiên, ngoài đặc tính xinh đẹp và hiền hậu, là một hình tượng của sự nhân ái, yêu thương và giúp đỡ, luôn luôn có mặt bên cạnh mình, sẵn sàng nâng đỡ khi mình sa sút, an ủi khi mình đau buồn, xoa dịu và chữa lành khi mình bị thương tổn, dù mình có thể vô tình không nhìn thấy. Bà tiên còn gợi ý sự nhẹ nhàng, thanh thoát và lung linh hơn thần thánh. Nhưng *"bà tiên bất hạnh"* của nhà thơ Phương Tấn mang hình ảnh tần tảo khổ cực vất vả nuôi con trong hoàn cảnh đất nước nhiễu nhương và người chồng đi kháng chiến:

Thân Mẹ gầy hơn cỏ
Càng vò võ hoài mong
Thương dầu hao bấc cạn
Gửi phận vào thinh không.
(Trích: Cuốn trôi giấc mơ tiên)

Sophocles, một trong những kịch tác gia Hy Lạp thời xưa cho rằng chính con cái là gánh nặng như những chiếc neo giữ chặt bà tiên trên mặt đất (Children are the anchors of a mother's life). Điều này không phải chỉ ứng với người Mẹ đáng kính của nhà thơ Phương Tấn, mà có lẽ tất cả chúng ta đều là những chiếc neo của Mẹ mình; rõ nhất là trường hợp các bà Mẹ cô đơn, góa bụa đã dành cả cuộc đời mình cho con mà không tái giá, thà:

"Bán Mẹ, không bán con"
…
"Những chiều mưa phố đỏ
Mẹ vò võ trông chồng"
(Trích: Cuốn trôi giấc mơ tiên)

Nhà văn nữ người Mỹ Audrey Niffenegger, trong một tác phẩm tiểu thuyết được quay thành phim, *The Time Traveler's Wife*, nói rằng: *Trong các chuyện cổ tích, luôn luôn là những đứa con bay nhảy tung tăng khắp chốn, trong khi các bà Mẹ ngồi vò võ ở nhà trông chờ đàn con bay về vào nhà qua cửa sổ* (In fairy tales it's always the children who have the fine adventures. The mothers have to stay at home and wait for the children to fly in the window).

Phương Tấn cũng có thể là một đứa con "bay tung tăng" như vậy. Nhưng không phải ông "tung tăng" trong những niềm vui hoan lạc nào, mà ông cũng như nhiều thanh niên khác cùng thời đại mang chung thân phận trai thời chiến, có trách nhiệm với núi sông, có những dằn vặt thao thức về chí hướng, lý tưởng của bản thân, về thảm trạng điêu tàn do chiến tranh gây ra cho đất nước:

Sau ngày tháng năm đó
Mày đã làm được gì?

Tiếng quát của lý tưởng
Quay tít giữa châu thân
Căng thêm niềm thần bí
Tôi thiếu điều hụt chân.

Ôi chao, ngày phụt tắt
Tuổi trẻ đen đêm đen
Từng ý nghĩ thoăn thoắt
Nhảy trong trí não này.

Nỗi thật đen thấp xuống
Cùng bão lũ lên cao
Đuổi theo đuổi theo mãi
Trên số phận hẩm hiu.

Trên số phận hẩm hiu.
(Trích: Cuốn trôi giấc mơ tiên)

Nhà thơ không những không "bay về vào nhà qua cửa sổ", mà trong những ngày Tết thiêng liêng Mẹ ông chờ con vò võ, ông còn ở quê người xa tắp, vọng về quê nội đang chìm trong chiến tranh tang tóc:

Ở Mỹ không hạt dưa
Không lì xì không mứt
Không lấp ló sau nhà
Chờ được mừng tuổi Má.

Xuân ở quê nội con
Có bà con cô bác
Cầm tay ngỡ kẻ thù
Có anh em ruột thịt
Mà giết nhau như chơi.

Xuân ở quê nội con
Rượu mà như nước mắt
Khóc say nhau một lần
Mai chắc gì thấy mặt
Mai chắc gì anh em.
(Trích: Mẹ ơi con không về kịp Tết)

Ngay cả ngày vui thành hôn của người em trai, nhà thơ cũng không về kịp được để chúc mừng hạnh phúc của hai em:

Anh về muộn một hôm sau tiệc cưới
Chút gì vui còn loáng thoáng quanh nhà
Lòng chợt mát như có người vừa tưới

Cho thịt xương riu rít ở bao la.
(Trích: Thư cho em trai
ở Quân y viện Nguyễn Huệ, Nha Trang)

"Tập thơ Thưa Mẹ" của Phương Tấn gồm 53 bài thơ, hai phần ba số bài thơ có nói về Mẹ. Một phần ba còn lại của tập thơ phản ảnh những dằn vặt của nhà thơ về thân phận, chiến tranh và quê hương.

Ta nhảy nhót với bóng ta vãi xuống
Một đời vui đem gói lại cho người
Một đời buồn gửi lại ở bên ta
Trong khuya khoắt nụ tầm đông chợt nở.

Ta sẽ sớt hồn ta cho cây cỏ
Cây sẽ xanh và cỏ hết bạc lòng
Ta sẽ thả lòng ta cho trời đất
Trời ra hoa và đất hết vô tâm.
....

Nơi quạnh vắng cõi lòng ta thăm thẳm
Ấy bao dung lồng lộng gửi cho người
Trong chiu chắt tình ta phơi phới lắm
Ngó xuống đời bạc phếch tuổi hai mươi.
(Trích: Vào Trại phung Quy Hòa
làm thơ gửi Hàn Mạc Tử)

Những thao thức dằn vặt nội tâm của nhà thơ phản ảnh phần nào nỗi thao thức của tuổi trẻ, những người đồng hành với tác giả trong cùng không gian và thời gian, mang cùng tâm trạng:

Này cô đơn quá đỗi
Tuổi trẻ làm sao ăn
Tóc đà trắng buồn bã
Sao chẳng thấy Phật đâu
Nhào lộn trên thánh giá
Vẫn chẳng thấy Chúa đâu.
(Trích: Reo vui giữa huyệt đời)

Ôi, con thèm đi học
Để biết mình biết yêu
Để biết mình biết khóc
Xót quê mình đìu hiu.

Ôi, con thèm đi học
Phận đời như bóng câu
Tủi một thời ngang dọc
Tát hoài mỗi bể dâu.
(Trích: Mẹ ngủ ngoan con thương)

Kính thưa chị cơm bữa no bữa đói
Nhà lêu bêu thuê tháng được tháng không
Xuôi với ngược cũng làm thân tôi mọi

Ngược rồi xuôi vẫn lấy cát lấp sông.

Tuổi thì nhỏ sao lòng nghe đà mỏi
Mắt còn trong sao dạ đã bơ phờ
Chúa thì cao em làm sao mà vói
Khổ còn qua, qua mãi ai ngờ.
(Trích: Khoai lang vỏ đỏ lòng vàng)

Như mọi người Việt miền Nam thời đó có làm thơ hay không làm thơ, đi qua cuộc chiến, không thể không mang trên mình những vết thương – những vết thương không nhất thiết chỉ hằn vào da thịt. Một vài vết thương như thế chắc chắn gây sẹo trong tâm hồn nhà thơ:

Vạt máu vãi trên đồi cao bóng lẻ
Máu quân thù hay máu của quê chung.
(Trích: Cha và Con)

"Mặt Trận Dân Tộc Giải Phóng Miền Nam Việt Nam" (mà người miền Nam, cũng như trong các tài liệu của Mỹ và Tây phương, thường gọi là Việt Cộng) là một bộ phận chính trị - quân sự của miền Bắc, hoàn toàn do miền Bắc lãnh đạo, được thành lập tại miền Nam vào năm 1961. Trong ngôn ngữ của những người lính mang số mệnh "sinh Bắc tử Nam", "xẻ dọc Trường Sơn đi đánh Mỹ" của

cái Mặt trận này có những từ ngữ rất "đặc trưng" mà người miền Nam không dùng. Chỉ từ sau năm 1975 những từ ngữ vốn có sẵn trong ngôn ngữ mà vẫn "lạ tai" đó đã lan tràn khắp nước. Năm 1964, là mốc thời gian rất sớm khi Phương Tấn dùng những từ "giải phóng" "nhân dân" "đỏ phố đỏ cờ", thứ ngôn ngữ du nhập từ miền Bắc ấy, trong bài thơ viết gởi cha mình ở bên kia dòng sông Bến Hải vào năm đó. Bài thơ có những lời như tiên tri:

Ơi giải phóng
          phóng bùa vong bản
Tiêu máu nhân dân
                    đỏ phố đỏ cờ
Chân vô thức bủa quanh đầu cách mạng
Con gõ hồn thân bỗng úa mênh mang.
...
Trong hiu hắt dòng chim rừng quẫy cánh
Dắt dìu nhau trôi dạt bến bờ xa
Lửa cuồn cuộn chìm sâu vào sử sách
Cội chia nguồn và bóng cũng chia ta.
(Trích: Thư gửi Cha bên kia sông Bến Hải)

Những vết thương không chỉ trong lòng nhà thơ; nó đã trở thành một nỗi đau rất lớn của cả dân tộc, mà dư chấn còn kéo dài chưa biết tới bao lâu, được nhà thơ ghi nhận trong toàn bài thơ rất xúc động dưới đây:

THƯƠNG CÂY NHỚ CỘI

Còng lưng thay trâu cày qua luống đất
Qua những luống đời ròng rã chiến chinh
Ngưng bắn nghe đâu riêng cho thành thị
Chỉ có thị thành không có đao binh.

Mỗi sáng ra đồng cờ vàng cờ đỏ
Cờ của bên này cờ của bên kia
Đây đạn Trung-Xô đấy bom Mỹ quốc
Kia xác đồng bào nọ xác anh em.

Giựt đất cắm cờ cắm cờ giựt đất
Cờ của hận thù đất của Việt Nam
Bom đạn cho ai vì ai lường lật
Đâu phải người ngoài giết nhau cho cam.

Lúa của nông dân mặt vàng da bủng
Đất của cha ông chân lấm tay bùn
Đạn của Trung-Xô bom của Mỹ quốc
Cờ của hai miền đất của quê chung.
(Đại Lộc, 26/03/1973)

Có lẽ không phải ngẫu nhiên nhà thơ Phương Tấn

xếp những bài thơ như thế này vào tập thơ ông chủ ý dành cho Mẹ. Trong những bài thơ này, tuy tác giả không nhắc đến Mẹ, nhưng chúng là những nét bi tráng vẽ lên cái bối cảnh không gian và thời gian mà Mẹ và các anh em nhà thơ Phương Tấn đã sống và trải nghiệm hết các mức độ sắc màu sáng tối và mùi vị cay đắng của nó. Vả lại, những cảm nhận này của nhà thơ không phải là chuyện riêng của ông. Như nhà văn đa tài người Mỹ, Mitchell David Albom, nhận xét: *"Đằng sau tất cả những câu chuyện của anh luôn luôn là câu chuyện của Mẹ anh, vì chuyện của bà là nơi những câu chuyện của anh bắt đầu."* (But behind all your stories is always your mother's story, because hers is where yours begins). Những điều trong thơ của Phương Tấn kể với chúng ta đều bắt đầu từ câu chuyện đời gian nan vất vả của người Mẹ đáng kính của ông.

Phương Tấn không chỉ là nhà thơ, nhà báo nổi tiếng, ông còn là một người yêu võ. Nhưng đọc thơ ông người ta sẽ không thấy oai thế của một "tráng sĩ" vung gươm trên lưng ngựa, mà chỉ thấy một tâm hồn dịu dàng và nhạy cảm của một nhà thơ, hơn nữa, một đứa con hiếu thảo luôn thương yêu Mẹ. Chợt nhớ lời bà *Martha Ellis Gellhorn*, nhà văn Mỹ, đồng thời là nhà báo được đánh giá là một trong những phóng viên chiến tranh vĩ đại nhất của thế kỷ 20. Bà nói: *"Tôi có đủ hiểu biết để thấy rằng không một phụ nữ nào nên làm vợ một người đàn ông ghét bỏ Mẹ mình"*. (I know enough to know that no woman should ever marry a man who hated his mother). Đọc phần chú thích dưới bài thơ *"Một Trang Kinh Viết Lại"* của Phương Tấn trong tập thơ này, mình nghiệm ra bà ấy nói đúng: Có yêu Mẹ một cách chân thành và cảm nhận hết tình Mẹ, người ta mới biết yêu vợ mình hơn. Nhưng đây là sự liên tưởng "ngoài lề":

Và khi anh thụ thai
Sẽ không còn bóng tối
Sẽ không còn tội lỗi
Anh lại càng yêu em.

Và khi anh thụ thai
Em không còn cô độc
Và khi anh biết khóc
Anh lại càng yêu em.

Và khi anh thụ thai
Một trang kinh viết lại
Một nỗi đau nhớ mãi
Anh thật sự yêu em.
(Sàigòn 1976)

Ngoài việc cám ơn nhà thơ Phương Tấn có nhã ý

cho tôi được đọc trước bản thảo *"Tập thơ Thưa Mẹ"* rất xúc động của ông, tôi muốn bày tỏ thêm sự đồng cảm sâu sắc với nhà thơ: Tôi cũng trong hoàn cảnh gia đình hoàn toàn giống như của ông vậy. Cha tôi đi kháng chiến và mất tích trong chiến tranh chống Pháp (1951). Mẹ tôi cũng một mình cơ cực nuôi 4 đứa con và nếm trải đủ cay đắng thăng trầm trong cuộc sống. Có lẽ những bài thơ về Mẹ trong *"Tập thơ Thưa Mẹ"* của Phương Tấn không chỉ tạo sự xúc đông sâu sắc nơi những người có hoàn cảnh như ông và tôi, mà có thể làm bùi ngùi bất cứ ai yêu Mẹ.

Mà có đứa con nào không yêu Mẹ?

Thiếu Khanh
(Sàigòn, 8/11/2017)

Nhạc sĩ, nhà thơ
Phan Ni Tấn

BÓNG MẸ
BÀNG BẠC NHƯ THƠ

Bài thơ tám chữ *"Thưa Mẹ"* gồm 30 câu mở đầu *"Tập thơ Thưa Mẹ"* của nhà thơ Phương Tấn là một tứ thơ lạ và hay. Lạ ở cách dùng từ, hay ở cách diễn đạt, nhất là những động từ chạm thành tiếng kêu lạ tai, vang đi rất xa:

Con lột mũ cởi giày và tháo mép
Những chua ngoa xin mắc lại cho đời
Nay trở ngựa rầu rầu qua lưng mẹ
Thân cũng tàn con gõ lấy mà chơi.

Xin đừng hỏi e một lời cũng mỏi
Tương tàn kia bòn mót hết xương da

Con ngồi gỡ trăng phơi trong mắt lạnh
Lấy nắng chiều hong một chút sầu khuya.

Cho được thở hơi bay trong kẽ lá
Chút lòng vui đậu xuống mép sương chiều
Chút gió nổi lay hồn trong bãi đá
Hồn nghêu ngao cùng bầy lệ chắt chiu.

Cho được nói lời bay trong kẽ nón
Lời reo vui lách tách vỗ quanh vành
Chân bập bõng xin quỳ trong mắt mẹ
Thân đã vàng hay nắng đã vàng hanh.

Con sẽ thở hơi con trong vú mẹ
Tí bi ai khẽ động mé chân đời
Chim lẻ bạn chơi mỗi mình quạnh quẽ
Chạm tiếng kêu, ngại Chúa cũng chơi vơi.

Thôi đà mỏi con vui lòng trở ngựa
Tương tàn kia bòn mót hết xương da
Chiến tranh kia vẫn nằm ve vuốt lửa
Vuốt lưng người đất xé vuốt lưng cha.

Thôi đà mỏi con vui lòng trở ngựa
Thân tong teo dắt dạ chắt chiu về
Thêm chút gạo chút lửa cười trong bếp
Chút bao dung lốp bốp vỗ trong con.

Mẹ so đũa gắp lòng reo trong mắt
Gắp một đời rót xuống chén cơm con.
(Thưa Mẹ)

Có thể nói *"Tập thơ Thưa Mẹ"* là một sự kết hợp đặc biệt giữa khả năng thiên phú về thi ca của Phương Tấn viết về Mẹ và lòng thương yêu vô bờ của người Mẹ đã một đời tận tụy vì con. Phương Tấn thể hiện một thái độ, một cung cách nối liền người thơ với đời sống con người, là tiếng nói của nghệ thuật nhân bản, là vẻ đẹp của tình người.

Trong lịch sử nền thi ca Việt Nam, hình tượng Mẹ đã hiển hiện trùng trùng. Phương Tấn ý thức rõ điều này nên tác giả không dừng lại ở những hình tượng quen thuộc đó, cũng như không giẫm chân lên lối mòn của những người đi trước. Chính vì vậy cảm hứng trong thơ Phương Tấn viết về Mẹ, về con người và đời sống đã bừng lên nhiều sắc điệu, phong phú hơn, nồng nàn hơn, da diết hơn.

Từ đó, trải qua suốt những trang thơ trong *"Tập thơ Thưa Mẹ"*, người đọc càng nhận thấy, từ lâu rồi, nhà thơ Phương Tấn vẫn miệt mài vẽ ra những chân dung thơ mới lạ về người, về bóng Mẹ để Mẹ được bàng bạc suốt một cõi thơ. Ở đó, thơ gợi lên phẩm chất cao quí, nặng tình yêu thương, biểu hiện sự tương ứng về chữ hiếu, về sự tương quan của tình mẫu tử. Còn gì vời vợi hơn, cao cả hơn, hy sinh đến thê thảm hơn trong cơn ngã giá tình người:

Gặp bạn thời bạc phước
Khuyên mẹ bán bớt con
Mẹ ôm con khóc mướt:
"Bán Mẹ không bán con".
(Trích: Cuốn Trôi Giấc Mơ Tiên)

Trong thi ca Việt Nam nghĩa Mẹ thương con như biển hồ lai láng biết trả ơn làm sao cho vẹn cho tròn. Trên đời này, cái gì có thể so sánh được lòng Mẹ. Biển Thái Bình chỉ là một cách nói, vẫn có sự giới hạn của biển vỗ bờ. Chân dung Mẹ bao la hơn, bát ngát hơn nên lòng Mẹ trải về vô hạn. Khi tác giả tâm tình riêng với người em vừa lập gia đình, cũng là môt chiến sĩ đã hy sinh một phần thân thể ngoài mặt trận, vẫn không thể thiếu hình bóng thân yêu của Mẹ lồng trong bóng mình:

Em biết đó, anh thân tàn ma dại
Một sớm kia em ngỡ xác trăng khô
Đất sẽ hé cùng thịt da sẽ trải
Cho lòng anh khẽ đậu ở hư vô.

Em cũng biết Mẹ mỗi ngày một yếu

Cha thì đi từ thuở nọ chưa về
Bốn thằng con sống chung cùng manh chiếu
Cùng chút xương người Mẹ róc cho con.
(Trích: Thư Cho Em Trai
Ở Quân Y Viện Nguyễn Huệ, Nha Trang)

Thi ca, như chúng ta đều biết, kết tinh từ ba yếu tố ngôn từ, hình ảnh và âm thanh. Ba yếu tố quan trọng đó là vườn hoa gieo trồng, nuôi dưỡng theo năm tháng mà thành thế giới của thi ca.

Riêng thế giới thơ trong *"Tập thơ Thưa Mẹ"* của Phương Tấn đã gợi cho người đọc một sự xúc động khi ngẫm nghĩ những gì nhà thơ muốn tìm về kỷ niệm qua hình ảnh người Mẹ.

Thơ Phương Tấn thường nặng về kỷ niệm. Có một chút hơi hướm ấm lạnh hắt ra và phả xuống từ những kỷ niệm khiến người đọc dễ nhận thấy những gì mộc mạc mà thấm thía, hơn là những mỹ từ bóng bẩy, chải chuốt như một số nhà thơ khác thích dùng.

"Tập thơ Thưa Mẹ", ngoài các thể thơ 4 chữ, 5 chữ, 7 chữ, thơ tự do, còn có những bài lục bát, tác giả viết tại Sài Gòn năm 1997, khóc ngày Mẹ mất nên bài thơ nào cũng thốt lên tiếng kêu thê thiết, móm

mém, bùi ngùi.

Bài *"Ầu Ơ, Con Ẵm Bóng Theo Tạ Đời"* là một thí dụ:

Mẹ cười, bưng bát cơm thiu
Ầu ơ, móm mém hắt hiu phận nghèo
Mặc lòng, trời đất cheo leo
Ầu ơ, con ẵm bóng theo tạ đời.

Bài *"Con Cười Bên Mộ Vui Cùng Nỗi Đau"* cũng hắt hiu, ảm đạm không kém:

Mót tàn hơi, níu thời gian
Đất trời chết điếng trần gian mịt mùng
Mông lung, cát bụi mông lung
Con cười bên mộ vui cùng nỗi đau.

Thơ Phương Tấn có nhiều tiếng động, nhưng những tiếng động trong phần thơ về Mẹ lại vắng tiếng cười, ngoài nỗi buồn. Thật ra cũng có tiếng vui, tiếng cười đấy, nhưng người ta chỉ có thể nghe được tiếng cười khô khốc như gõ ván, như vết đạn thức dậy trong thơ:

Gõ chiếc thân lép kẹp
Như gõ vào áo quan

...
Nào cười như xé ruột
Xin cười cho Mẹ vui
...
Con cười như gỗ ván
Giữa đất trời trống hươ
Con cười như vết đạn
Chết sững giữa cơn mơ.
(Trích: Con Buồn Mẹ Có Vui)

Hoặc:

Đêm một mình bó gối
Ngồi cú xụ Phật ơi
Đêm mỗi mình bó gối
Lắc chuỗi cười trong tay...
(Trích: Giữa Chiếc Quan Tài Trống)

Và:

Tôi làm sao kể xiết
Những chuyện thật đau lòng
Như tiếng kêu của Mẹ
Nở giữa vòm thinh không
Như tiếng kêu của Mẹ
Cho đứa con vào đời
(Trích: Reo Vui Giữa Huyệt Đời)

Cái vui nghe đã buồn huống hồ cái buồn càng nặng như cái chết:

Ta giẫm qua mặt mình
Giẫm qua cơn lệ lớn
Ta giẫm lên mặt người
Chân vắt giữa cành răng
Cổ dài như ngực mỏng.
...
Khóc mù mắt ta khóc
Nơi biển đời mưa mai
Sao cắn hoài những mủ
Thèm được nói như người.
(Trích: Vào Những Ngày Có Kinh Nguyệt).

Sao lại "có kinh nguyệt" ở đây? Kinh nguyệt của thơ hay của người? Hãy nghe nỗi niềm của nhà thơ khi thưa với Mẹ:

"Thưa Mẹ, như con đã viết gửi Mẹ dưới các bài thơ "Vào trại Phung Quy Hòa làm thơ gửi Hàn Mạc Tử, Reo vui giữa huyệt đời, Con buồn Mẹ có vui..." là suốt từ năm 1961 đến năm 1968 và sau đó nữa, con mất ngủ triền miên. Mẹ đã đau khổ dường nào khi biết con bị bệnh biến giọng, làm mủ trong cổ họng thông qua cả hai lỗ mũi. Đàm thường chảy theo thức ăn ra đầy miệng. Chữ "mủ" trong nhiều bài thơ của con những

năm ấy là do từ căn bệnh này.

Những ngày mủ và đàm úa ra từ miệng và mũi nhiều quá, con gọi đó là những ngày có kinh nguyệt. "Vào những ngày có kinh nguyệt" là chuỗi ngày khốn cùng của con. Mẹ ơi!"

Ngoài tiếng động, thơ Phương Tấn còn có cả cái không tiếng động. Ta hãy đọc để lắng nghe tiếng "vô thanh" trong bài *"Mẹ Ngủ Ngoan Con Thương"*:

Ôi, con thèm đi học
Như khi còn thai nhi
Thầm thì trong bụng Mẹ:
"Mẹ ngủ ngoan con thương".
(Trích: Mẹ Ngủ Ngoan con Thương)

Hoặc bài: *"Giữa Chiếc Quan Tài Trống"*:

Này một con chim sẻ
Thiếp trong lòng mắt em
Này một đôi chim sẻ
Chết trong lòng ngực anh.
(Trích: Giữa Chiếc Quan Tài Trống)

Thơ Phương Tấn lại có cái hay ở câu hỏi bất ngờ đầy thú vị. Thí dụ hai câu trong bài thơ *"Reo Vui Giữa*

Huyệt Đời":

Này cô đơn quá đỗi.
Tuổi trẻ làm sao ăn.
(Trích: Reo Vui Giữa Huyệt Đời)

Không ăn cơm, ăn quà, ăn bánh, kể cả ăn đòn, ăn đạn hay ăn năn, nhà thơ lại đòi "ăn tuổi trẻ" thì quả thật làm sao ăn, chẳng phải là một câu hỏi ngông nghênh, đáo để đến bất ngờ đó sao.

Đọc Phương Tấn, xuyên qua những trang thơ Phương Tấn viết về Mẹ, hầu như không thấy chỗ nào vui. Mà cho dù có nghe thấy loáng thoáng niềm vui ở đâu đó trong thơ, thì cái vui, thay vì "líu xíu" tuôn trào, lại âm thầm ứa ra từ người dì, người chị được người thơ ví như loài chim bạc phước:

Kinh thưa chị đôi lần em chợt hỏi
Đời có cái chi vui quá là vui
Vui đến khóc dù mình chưa kịp khóc
Thêm chút vui lại một chút ngậm ngùi.

...
Kính thưa chị, nhà có bé Lan bé Phụng
Có dì Chuyền vui líu xíu như chim
Mỗi sáng dậy em lại mừng trong bụng

Em mừng em được sống nốt một ngày.
(Trích: Khoai Lang Vỏ Đỏ Lòng Vàng)

Ngoài những dòng thơ thổn thức về Mẹ. về cuộc đời làm người bạc phận, Phương Tấn còn xót xa về quê hương đất nước của mình:

Xuân ở quê nội con
Chúc nhau mà lại khóc
Phòng mai mình chết đi
Không còn người để khóc
Phòng mai người chết đi
Còn có mình đã khóc.
...
Xuân ở quê nội con
Xuân sao buồn chi lạ
Buồn như thể chiến tranh
Buồn như năm buồn bã...
(Trích: Mẹ ơi, Con Không Về Kịp Tết)

Bài *"Nắng Hạn"* cũng có chút nỗi niềm quê:

Ai ngóng bên kia sông
Ai ngóng bên này sông
Một con thuyền mắc cạn
Một nỗi đau bềnh bồng...
(Trích: Nắng Hạn)

Đi tìm quê hương trong thơ Phương Tấn đâu cần tìm đâu xa. Ở đâu có mộc mạc, giản dị, ở đâu có hiền lương, chất phác, kể cả ở đâu có đắng cay, tủi nhục, có máu và nước mắt, ở đó có quê hương đau thương:

Thôi chịu dại như một loài tầm gửi
Xin ở đây ăn bưởi trổ sau vườn
Ngủ trên cây xướt mía lùi trong bếp
Buồn cưỡi trâu mà tìm được quê hương.

A, cưỡi trâu mà tìm được quê hương!
(Trích: Khoai Lang Vỏ Đỏ Lòng Vàng)

Nhưng cái tình chí hiếu của người thơ với bậc sinh thành vẫn không thiếu bóng Mẹ khi chiến tranh tràn vào trong thơ:

Trâu nhớ cày, đồng trống mênh mang
Ruộng vườn xưa một dãi bom càn
Mẹ nhớ Cha như khoai nhớ sắn
Bao nhiêu năm một dạ sầu mang.
(Trích: Những Tiếng Chim
Rộn Ràng Trong Mắt)

Nhìn chung, *"Tập thơ Thưa Mẹ"* của Phương Tấn được tác giả chia làm hai phần: Mẹ ở phần vào tập;

phần còn lại viết về thân phận con người trong chiến tranh:

Còng lưng thay trâu cày qua luống đất
Qua những luống đời ròng rã chiến chinh
Ngưng bắn nghe đâu riêng cho thành thị
Chỉ có thị thành không có đao binh.
...
Giựt đất cắm cờ cắm cờ giựt đất
Cờ của hận thù đất của Việt Nam
Bom đạn cho ai vì ai lường lật
Đâu phải người ngoài giết nhau cho cam...
(Trích: Thương Cây Nhớ Cội)

Chiến tranh trong thơ Phương Tấn có nhiều cảnh điêu linh, tang tóc đến thảm hại của con người và đất nước. Suốt ba mươi năm chiến tranh, cơn sinh tử đã đẩy dân tình vào lầm than, đất nước vào khốn khó, cho nên quê hương là đất sống của niềm hạnh phúc vô biên mà cũng là nỗi đau vô lượng của kiếp người. Sự sống và sự chết hòa trộn vào nhau chính là vẻ đẹp oan khiên Phương Tấn đổ ào xuống trang giấy:

Con bấu mặt con tưởng mình xa lạ
Buồn đong đưa buồn đọng xuống hoang mang
Nỗi chết đó đột nhiên thành ân huệ

Quê hương kia ôi màu máu kinh hoàng.

Con dại
        con ngu
                cam mình bất hạnh
Xin quay về chong đôi mắt xanh xao
Đừng ngó tổ tiên
                ngó cùng dân tộc
Ngó xuống hồn thân bỗng úa mênh mang.
(Trích: Thư Gửi Cha Bên Kia Sông Bến Hải)

Thơ Phương Tấn viết ra là để giải bày tâm sự, với người đã đành, mà còn để đối thoại với những con thú bé nhỏ bằng tư tưởng nghệ thuật riêng mình:

Thơ ta giã, ướp cùng sương khói
Ướp xương da và máu ở hai miền
Nhắp một ngụm nghe lòng đỡ đói
Nhắp cho qua thời buổi đảo điên.

Ta bẻ kiếm khi quanh thành lửa cháy
Khi cần lao mất cả ruộng vườn
Bom đạn đã nhiều hơn thóc lúa
Hận thù nhiều hơn cả tình thương.

Này anh Kiến chị Dơi và chú Muỗi
Thịt ta thơm xin cắn chút làm duyên

Cắn như đạn như bom như lửa dữ
Như xác anh em như máu hai miền…
(Trích: Chuyện Trò Cùng Anh Kiến
Chị Dơi Và Chú Muỗi)

Tay ốm quá làm sao con che hết
Biển xô nhanh trên cùng suốt dân mình
Con rẽ bóng sống chung cùng rệp muỗi
Nỗi thật đen xòe đôi cánh đao binh.

Ơi giải phóng,
phóng bùa vong bản
Tiêu máu nhân dân
đỏ phố đỏ cờ
Chân vô thức bủa quanh đầu cách mạng
Con gõ hồn thân bỗng úa mênh mang.

Trong hiu hắt dòng chim rừng quẫy cánh
Dắt dìu nhau trôi dạt bến bờ xa
Lửa cuồn cuộn chìm sâu vào sử sách
Cội chia nguồn và bóng cũng chia ta…
(Trích: Thư Gửi Cha Bên Kia Sông Bến Hải)

Đời vốn nhiêu khê nên đời trôi nổi theo sinh động. Thơ Phương Tấn vì thế mà sinh động. Cũng chính vì thế, sáng tác của Phương Tấn trong *"Tập thơ Thưa Mẹ"* là tiếng nói ngậm ngùi, là tiếng kêu trầm thống, là nơi ấp ủ tình thương và nỗi buồn, cũng là nơi lưu giữ đời đời sức mạnh của nhân tính và vẻ đẹp của bóng Mẹ bàng bạc trong thơ nên hình tượng Mẹ trở nên bất tử.

Phan Ni Tấn
(Canada, 18/10/2018)

Nhà giáo

Công Huyền Tôn Nữ Qui Hồng

NHẬN ĐỊNH VỀ TUYỂN TẬP THƠ VĂN *THƯA MẸ*

Chỉ với hai tiếng *Thưa Mẹ,* người ta đã cảm thấy ấm áp khi đến bên Mẹ lúc người còn tại thế, nhưng Phương Tấn vẫn Thưa Mẹ đến tận ngày nay khi Mẹ của ông đã rời xa cõi thế gần ba mươi năm, và tuổi của ông cũng đã hơn thất thập:

"Thưa Mẹ, con đã khóc như điên dại trong ngày 22 tháng 7 năm 1997 – hôm Mẹ qua đời. Và đã ngồi bên mộ Mẹ làm bốn bài thơ lục bát: Ầu Ơ, Con Ẵm Bóng Theo Tạ Đời; Con Cười Bên Mẹ Vui Cùng Nỗi Đau; Trăng Già Vắt Xác Bên Hàng Trầm Luân; Thế Gian Chụm Giữa Cơn Đau.

Sau ngày đó, Mẹ ơi, hình như con sống để khóc..."

Bằng bút pháp giản dị như văn nói, Phương Tấn nhắc lại cùng Mẹ những chuyện Mẹ đã cùng chia sẻ với con từ khi ông còn là đứa bé sơ sinh thiếu tháng nằm lồng kính mà dù vất vả bao nhiêu Mẹ vẫn làm đủ cách để nuôi con lớn lên. Để rồi:

"Đến khi trưởng thành, con vẫn làm khổ Mẹ. Khổ không vì hút xách, đàng điếm mà khổ vì căn bệnh và cái lý tưởng mà con đeo đuổi. Cái lý tưởng làm cho thần trí con lắm khi điên loạn, thân xác con héo mòn. Nhưng lý tưởng lại đầy ma lực và quyến rũ làm sao! Con luôn ấp ủ chuyện viết sách và mong muốn sách của mình bán được để lấy tiền cấp học bổng, bảo trợ học sinh nghèo hiếu học, cứu giúp đồng bào chiến nạn, rồi mua đất xây dựng "Trung Tâm Sinh Hoạt Thanh Thiếu Niên Việt Nam" và thành lập "Làng Cô Nhi Yêu Thương."

Đọc bút ký của Phương Tấn để biết những việc làm của ông cùng các bạn đồng chí hướng, để biết họ đã làm được những gì cho đồng bào mình:

"Thưa Mẹ, sau nhiều năm, nay đọc lại Bản Tin của Anh Em Người Trẻ Việt Nam về việc cứu giúp đồng bào chiến nạn, cấp học bổng cho các em học sinh nghèo hiếu học cùng một số công việc theo tâm nguyện, con đã bật khóc. Hoài bão và năm tháng sống đẹp của tuổi trẻ

miền Nam chúng con đã bị đốt cháy, tiêu hủy theo một cuộc chiến phi lý, tồi tệ."

Với 40 bài viết như thể Phương Tấn trò chuyện cùng Mẹ, mỗi bài viết có thể gọi là bút ký vì không những kể lại chuyện của bản thân, mỗi câu chuyện đều gắn liền với một giai đoạn lịch sử của cả dân tộc Việt, một dân tộc chịu nhiều đau thương mất mát vì chiến tranh triền miên. Những bộc lộ mà hôm nay chúng ta đọc mới thấu hiểu được tâm trạng của một người con khác chiến tuyến với cha như Phương Tấn:

"Thưa Mẹ, năm 1965 giữa tình hình rối mù của miền Nam, những lúc này con thường nghĩ đến cái gọi là "Mặt Trận Giải Phóng Miền Nam Việt Nam" và nghĩ nhiều đến Cha của con – người Cha theo "cách mạng" từ ngày con còn quá nhỏ, đâu nhớ mặt Cha và được âu yếm gọi tên Cha. Mẹ ơi, con viết các bài thơ: Cha Và Con, Thư Gửi Cha Bên Kia Sông Bến Hải trong tâm trạng xót đau tột cùng đó."

Phương Tấn nhắc lại với Mẹ quãng đời thiếu niên sôi động từ khi ông là cậu bé mười bốn tuổi đã có thơ đăng trên tuần báo Tuổi Xanh, sau đó là tạp chí Phổ Thông và rồi dần dần có mặt trên những báo khác như tạp chí Văn, nhật báo Sóng Thần, nhật báo

Đuốc Nhà Nam, tuần báo Tuổi Ngọc, nguyệt san Thế Hệ Trẻ, hoặc sau đó khi vào lính ông cũng bắt tay cùng Nhóm Thực Hiện Bản Tin Không Đoàn 3 Không Quân, Nhóm Thực Hiện Bản Tin Bộ Chỉ Huy Kỹ Thuật & Tiếp Vận Không Quân để chia sẻ chí tình trong mọi công tác xã hội...

Đọc bút ký của Phương Tấn, người ta sẽ thấy ông nhắc lại cùng Mẹ cái thời gian mà mọi người dân miền Nam đau khổ tột cùng như trong bài viết số 21 - Lặn Ngụp Trong Khổ Nạn. Có những đoạn văn đọc mà cười ra nước mắt!

"... Ngay ngày đầu tiên con đã "mất quyền" đạp xe, chỉ được "ưu tiên" chạy bộ phía sau để đẩy xe trên những con đường nhựa cháy bỏng cả hai chân vì không có dép để mang."

Đọc bút ký của Phương Tấn để hiểu vì sao ông được gọi là Nhà Thơ Văn Võ Song Toàn (Bài số 26 - Chuyện Bi Hài Bước Lên Từ Võ).

Một trong những người ghi nhận chuyện văn-võ này của Phương Tấn là nhà báo võ sư Từ Võ Hạnh, nguyệt san Văn Học & Võ Thuật:

"Theo tôi, từ trước đến nay khó thấy một nhân tài như

Phương Tấn - một người "nghiên cứu võ không tập võ" nhưng lại đóng góp thành công quá nhiều cho phong trào "Võ Thuật Thế Giới" suốt mấy thập niên. Ngoài võ, ông còn là một nhà thơ có tiếng, một nhà văn viết văn hay và một nhà báo lão luyện."

Và còn bao nhiêu điều bất ngờ khác trong cuộc đời ông lồng trong khung cảnh xã hội biến đổi đột ngột, mà Mẹ luôn là ngọn đuốc soi đường cho ông.

Mẹ đã là độc giả đầu tiên của Phương Tấn:

"... con cầm bút, chữ tuôn trào ra giấy. Con cứ ngỡ mình đang cầm giấy để hứng thơ. Con cắt thơ làm hai bài: Con Trâu Cười Ướt Nắng Đứng Trông Xuân và Chúng Ta Đến Theo Mặt Trời Vừa Nở. Hai bài thơ này con đã đọc cho Mẹ nghe ngay trong ngày miền Nam bị mất và hai mẹ con cùng khóc."

Cả những năm sau này khi Mẹ không còn trên thế gian, Phương Tấn vẫn tha thiết: *"... con mong ước được Mẹ đọc cùng con để thấy con của Mẹ được yêu quý dường nào từ năm mười bốn tuổi bước vào đời đến nay."*

Bởi vì:

Mẹ là Đạo là Đường con đi.

Phương Tấn cuối đời là một thi sĩ mà Mẹ của ông có lẽ không mong gì hơn:

"Phương Tấn còn là một người Việt cao quý." (Tiến sĩ Nguyễn Đại Hoàng - nhà giáo)

Những Trang Bút Ký Rời Gửi Mẹ là những hồi tưởng của một người đã bước qua dâu bể của đời mình, thăng trầm của đất nước mà vẫn giữ được tâm hồn thơ thanh khiết, để Thơ Phương Tấn mãi đọng lại trong lòng độc giả xưa và nay những vần thơ trong sáng dầu có u uẩn như những bài: *Bên Dòng Sông Chiêm Bao, Buồn Như Trăng Nhớ Ai* mà nhà thơ "đã làm trong sự cùng khổ và nhớ thương..." hoặc " đã làm một số bài thơ hòa cùng nước mắt" mà vẫn nhẹ nhàng như cổ tích: *Chuyện Đời Xưa - Cô Tiên Và Chàng Thi Sĩ.*

"Con phải sống ra sao và phải làm gì để xứng đáng là con của Mẹ." Đó là câu tự vấn của Phương Tấn cũng như bao người con khác để vượt lên nghịch cảnh, giữ được sự thiện lành.

Và mới đây thôi, ông đã viết lại một giấc mơ đẹp mang hình ảnh tươi thắm của quê hương thanh bình như ngày xưa ấy:

Chim thỏ thẻ cùng anh trâu lí lắc

Lúa đông xuân gặt miết ngỡ như chưa
Đòn xóc đòn càn rộn ràng gánh lúa
Máy tuốt khỏi rơm tách lúa vàng thơm

Đứng ngược gió, Mẹ cầm diều điệu nghệ
Cha giật dây, diều no gió bay cao
Cười nắc nẻ giữa cánh đồng nắng xế
Ôi tiếng cười trong vắt bức tranh quê
(Trích: Ôi Tiếng Cười Trong Vắt Bức Tranh Quê)

Đó là giấc mơ thanh bình và hạnh phúc mà ông luôn ấp ủ và mơ ước cho Mẹ từ khi ông còn bé thơ và còn mơ mãi cho bao người dân Việt còn sống trên dải đất quê hương. Giấc mơ Việt Nam.

Công Huyền Tôn Nữ Qui Hồng
(Úc châu, ngày 22/11/2023)

Tranh BÉ KÝ

THƯA MẸ

Con lột mũ cởi giày và tháo mép
Những chua ngoa xin mắc lại cho đời
Nay trở ngựa rầu rầu qua lưng Mẹ
Thân cũng tàn con gõ lấy mà chơi.

Xin đừng hỏi e một lời cũng mỏi
Tương tàn kia bòn mót hết xương da
Con ngồi gỡ trăng phơi trong mắt lạnh
Lấy nắng chiều hong một chút sầu khuya.

Cho được thở hơi bay trong kẽ lá
Chút lòng vui đậu xuống mép sương chiều
Chút gió nổi lay hồn trong bãi đá
Hồn nghêu ngao cùng bẩy lệ chắt chiu.

Cho được nói lời bay trong kẽ nón
Lời reo vui lách tách vỗ quanh vành
Chân bập bỗng xin quỳ trong mắt Mẹ
Thân đã vàng hay nắng đã vàng hanh.

Con sẽ thở hơi con trong vú Mẹ
Tí bi ai khẽ động mé chân đời
Chim lẻ bạn chơi mỗi mình quạnh quẽ
Chạm tiếng kêu, ngại Chúa cũng chơi vơi.

Thôi đà mỏi con vui lòng trở ngựa
Tương tàn kia bòn mót hết xương da
Chiến tranh kia vẫn nằm ve vuốt lửa
Vuốt lưng người đất xé vuốt lưng Cha.

Thôi đà mỏi con vui lòng trở ngựa
Thân tong teo dắt dạ chắt chiu về
Thêm chút gạo chút lửa cười trong bếp
Chút bao dung lốp bốp vỗ trong con.

Mẹ so đũa gắp lòng reo trong mắt
Gắp một đời rót xuống chén cơm con.

(Đà Nẵng 1965)

Thơ: Phương Tấn
Phổ nhạc và trình bày: Nhạc sĩ Trần Quang Lộc.

MẸ, BÀ TIÊN BẤT HẠNH

Con ngo ngoe từng ngày
Dưng không Mẹ buồn lạ
Lắt lay cánh cò già
Đời có chi ngộ quá.

Con ngo ngoe từng ngày
Mẹ sao rầu thúi ruột
Mẹ khóc ngày khóc đêm
Xanh như tàu lá chuối.

Mẹ, bà tiên bất hạnh
Gượng leo dây một chân
Quẫy quạnh hiu một gánh
Chập choạng vào thế gian.

Mẹ, bà tiên bất hạnh
Gượng leo dây một tay
Quẫy quạnh hiu một gánh
Chập choạng vào thế gian.

(Đà Nẵng 1961)

** Thưa Mẹ, như con đã viết cho Mẹ trong một lá thư từ lâu, lâu lắm: "Với Mẹ không có sự sống hay chết cho riêng mình, mà chỉ có sự sống hay chết của con. Với Mẹ không có sự cao sang hay thấp hèn cho riêng mình mà chỉ có sự sống hay chết của con. Với Mẹ, muôn trùng khổ cực. Mẹ ơi, làm sao con có thể viết được hết với trí não bé mọn trước tình yêu bao la của Mẹ. Mẹ đã đánh đổi một đời cơ cực để nuôi con thành người.*

Con phải sống ra sao và làm những gì để xứng đáng là con của Mẹ. Đó là niềm khắc khoải và âu lo triền miên trong con trước tuổi già của Mẹ như ngọn nến trước gió. Không khéo, sẽ do chính con thổi tắt ngọn nến này. Thổi tắt ngay khi con còn ngo ngoe trong bụng Mẹ. Mẹ ơi!

CUỐN TRÔI GIẤC MƠ TIÊN

Gặp bạn thời bạc phước
Khuyên Mẹ bán bớt con
Mẹ ôm con khóc mướt:
"Bán Mẹ không bán con"

Tà lụa trắng trong tóc
Cuốn trôi giấc mơ tiên
Là dấu chân con gái
Đuổi theo nỗi lặng yên.

Cha đi từ thuở nọ
Biệt tích giữa chiến khu
Những chiều mưa phố đỏ
Mẹ vớt xác ven sông
Những chiều mưa phố đỏ
Mẹ vò võ trông chồng.

Thân Mẹ gầy hơn cỏ
Càng vò võ hoài mong
Thương dầu hao bấc cạn
Gửi phận vào thinh không.

Sau ngày tháng năm đó
Mày đã làm được gì?
Tiếng quát của lý tưởng
Quay tít giữa châu thân
Căng thêm niềm thần bí
Tôi thiếu điều hụt chân.

Ôi chao, ngày phụt tắt
Tuổi trẻ đen đêm đen
Từng ý nghĩ thoăn thoắt
Nhảy trong trí não này.

Nỗi thật đen thấp xuống
Cùng bão lũ lên cao
Đuổi theo đuổi theo mãi
Trên số phận hẩm hiu.

Trên số phận hẩm hiu.

(Sàigòn 1962)

** Thưa Mẹ, Mẹ kể, Mẹ đã ôm 4 đứa con nhỏ dại trên một chiếc thuyền thúng bé xíu. Thuyền thúng cứ trôi lòng vòng ở khúc sông Tiên Phước, Quảng Nam, dập dềnh muốn lật. Người thân khuyên Mẹ bán bớt con... Nhưng Mẹ đã ôm bầy con khóc mướt, bán Mẹ không bán Con.*

IM LẶNG SẼ HÓA ĐIÊN

Cha mẹ tôi Việt Nam
Loài da vàng mũi tẹt
Bị đạp xuống đá lên
Lềnh bềnh trong bể máu.

Tôi là tên thiếu tháng
Từ lồng kính bước ra
Cùng một nỗi phiền muộn
Trên phận đen mỗi người.

Từng bụm cát xát máu
Trên tay lũ con Tây
Trút vào mũi vào miệng
Thằng bé con Việt Nam.

Bằng hai tay nắm chặt
Bằng quả cảm trong thân
Từng dấu chân chiu chắt
Giữa dòng sống mù sương.

Ước mơ nào trong mắt
Mùa xuân của ấu thơ
Từng đêm nằm se sắt
Nghe tiếng thầm bơ vơ.

Đi giữa trời khuya khoắt
Tôi nhỏ to một mình
Đi giữa trời khuya khoắt
Tôi hét vào tuổi tôi
Tôi đá vào trí não
Mọi cửa trong châu thân
Tôi vật tung hết ráo.

Cùng một nỗi phiền muộn
Trên phận đen mỗi người.

(1962)

** Thưa Mẹ, thời tiểu học, con không hiểu bằng cách nào Mẹ đã lo cho con được vào trường "Ecole Primaire Francaise" – trường Tây duy nhất ở Đà Nẵng thời ấy. Con đã học đến Cours Moyen de 2è Année (lớp nhì lớn) sắp sửa lên Cours Supérieur (lớp nhất) thi lấy bằng Primaire (tiểu học) cùng các con Tây và Tây lai. Có lẽ Mẹ muốn con sau này làm được việc có ích cho Tây nể mặt.*

Và Mẹ ơi! Con học chữ thì giỏi nhưng không giỏi bằng lũ "Tây lai" cứ tưởng mình là "Tây thật" hùa theo lũ con Tây chận đường nhét từng bụm cát vào miệng học trò người Việt chúng con. Bỏng cả cổ và sặc sụa cả máu mỗi khi tan tường. Chính nỗi căm phẫn và sự đau xót trong con, Mẹ hiểu như đã hiểu vì sao Cha và Mẹ đã một thời bị đạp xuống đá lên, bị bịt mắt bỏ bao, úp mũ này mũ nọ trên lưng máu chảy ròng như bài thơ Im Lặng Sẽ Hóa Điên của con.

ĐỢI BÓNG

Cha tôi theo cách mạng
Huyễn mộng giữa đất trời
Sầu đùn theo năm tháng
Mẹ đợi bóng ma trơi.

(Đà Nẵng 1960)

MẸ ƠI,
CON KHÔNG VỀ KỊP TẾT

Thưa má, má của con
Con không về kịp tết
Buồn như chưa được buồn
Buồn như năm vừa hết
Buồn như lòng vừa chết.

Ở Mỹ không hạt dưa
Không lì xì không mứt
Không lấp ló sau nhà
Chờ được mừng tuổi Má.

Xuân ở quê nội con
Có bà con cô bác
Cầm tay ngỡ kẻ thù
Có anh em ruột thịt
Mà giết nhau như chơi.

Xuân ở quê nội con
Rượu mà như nước mắt
Khóc say nhau một lần
Mai chắc gì thấy mặt
Mai chắc gì anh em.

Xuân ở quê nội con
Chúc nhau mà lại khóc
Phòng mai mình chết đi
Không còn người để khóc
Phòng mai người chết đi
Còn có mình đã khóc.

Xuân ở quê nội con
Xuân sao buồn chi lạ
Buồn như thể chiến tranh
Buồn như năm buồn bã.

Xuân ở quê nội con
Xuân sao buồn chi lạ.

(Wilmington, Ohio 1969)

* *Thưa Mẹ, ở quê nhà chắc Mẹ đang niệm Phật, các cháu đang sửa soạn quần áo Tết và sắp sửa được khoe tiền lì xì trong những bao giấy đỏ. Một ngày mới trong năm mới lại đến. Ước chi có đôi cánh, con sẽ bay cùng khắp quê hương Việt Nam, đậu xuống trái tim mỗi người, thả những lời chúc mừng đầu năm như người gieo lúa, rắc những hạt giống xanh trong trên cùng khắp ruộng đồng đất Việt. Và hơn hết, con được ôm Mẹ và mừng tuổi Mẹ!*

MẸ NGỦ NGOAN CON THƯƠNG

Ôi, con thèm đi học
Dẫu tuổi đã cùng đường
Như sinh ra đà khóc
Thèm có mỗi tình thương.

Ôi, con thèm đi học
Như khi còn thai nhi
Thầm thì trong bụng mẹ:
"Mẹ ngủ ngoan con thương"

Ôi, con thèm đi học
Để biết mình biết yêu
Để biết mình biết khóc
Xót quê mình đìu hiu.

Ôi, con thèm đi học
Phận đời như bóng câu
Tủi một thời ngang dọc
Tát hoài mỗi bể dâu.

(California 2022)

Thơ: Phương Tấn
Nhạc sĩ Phan Ni Tấn: Phổ nhạc và trình bày.

* *Thưa Mẹ con mê học. Mê một cách kỳ lạ và học giỏi cả khi lên Trung học và bước vào Đại học. Nhưng, Mẹ ơi! Con đành dở dang việc học khi đến tuổi vào lính.*

Dù nay đã già, tóc đã bạc nhưng mỗi khi đi qua một ngôi trường, con đều bồi hồi, ngẩn ngơ. Nhiều khi nhạt nhòa cả nước mắt như trong bài thơ Mẹ Ngủ Ngoan Con Thương. Mẹ ơi, con mãi mãi ước ao được đi học. Học để biết xót đau, biết nghĩ suy trước một quê hương điêu tàn, khốn khổ. Học để biết yêu người, yêu Mẹ.

Yêu Mẹ đến nỗi con nghĩ mình đã thấu hiểu nỗi đau của Mẹ ngay khi con còn là một thai nhi nằm trong bụng Mẹ. Thai nhi đã biết đau theo nỗi đau của Mẹ trong những đêm Mẹ nằm thao thức. Bài thơ Mẹ Ngủ Ngoan Con Thương càng đọc, con lại càng yêu Mẹ, thấm đẫm tâm can, Mẹ ơi!

MỘT
TRANG KINH
VIẾT LẠI

Và khi anh thụ thai
Sẽ không còn bóng tối
Sẽ không còn tội lỗi
Anh lại càng yêu em.

Và khi anh thụ thai
Em không còn cô độc
Và khi anh biết khóc
Anh lại càng yêu em.

Và khi anh thụ thai
Một trang kinh viết lại
Một nỗi đau nhớ mãi
Anh thật sự yêu em

(Sàigòn 19-7-1976)

** Thưa Mẹ, thuở nhỏ có một lần con được Mẹ dắt vào bệnh viện phụ sản Sài Gòn thăm bạn của Mẹ vừa sinh con. Em bé, nhỏ xiu xíu, đỏ hon hỏn nằm khóc oe oe cạnh người mẹ, đáng yêu làm sao!*

Lớn lên, con đưa vợ đi sanh. Thấy tất cả những đớn đau, chịu đựng suốt thời gian vợ thụ thai đến khi vật vã sinh con ở bệnh viện, con mới nhận ra được hết nỗi đau và sự hy sinh tột cùng của người Mẹ. Và cũng ngày ấy ngồi một mình dưới hàng hiên của bệnh viện phụ sản, tự dưng con khóc và ước ao Một Trang Kinh Viết Lại để con được thụ thai, để con được cảm nhận hết tình yêu của Mẹ cho con và qua đó, con mới biết yêu vợ dường nào.

MẸ TRÔNG CHA GIỮA CHIẾN TRƯỜNG MẬU THÂN

Máu loang
hồn vãi
điêu linh

Xương phơi
trần trụi
quê mình
hắt hiu
Trông Cha
Mẹ đứng
buồn thiu

Bao nhiêu
huyễn mộng
bấy nhiêu
mộ phần.

(Mậu Thân 1968)

À ƠI!

Mẹ buồn
quên bẵng
tiếng kêu!

Và con!
thấp thỏm
trớ trêu
phận đời

Quê mình
ma đậu
à ơi

À ơi!
ma đậu
rạc rời
xương phơi.

(Đà Nẵng tháng 3-1975)

THƯ CHO EM TRAI Ở QUÂN Y VIỆN NGUYỄN HUỆ, NHA TRANG

Anh về muộn một hôm sau tiệc cưới
Nghe nhà khoe tiếc có mỗi mình anh
Lầu dưới lầu trên rộn ràng hai họ
Vợ em xinh đáo để là xinh.

Anh về muộn một hôm sau tiệc cưới
Chút gì vui còn loáng thoáng quanh nhà
Lòng chợt mát như có người vừa tưới
Cho thịt xương riu rít ở bao la.

Em đà đến đầu đời hạnh phúc
Chút tình anh xin trải xuống làm duyên
Thêm bài thơ anh đang ngồi viết
Cho vợ chồng em làm vốn bước lên thuyền.

Mây rẽ đất rắc cho đời hạt lệ
Em chèo qua, qua cho hết truân chuyên
Anh sẽ vớt đời đời hạnh phúc
Của vợ chồng em làm hạnh phúc cho mình.

Em biết đó, anh thân tàn ma dại
Một sớm kia em ngỡ xác trăng khô
Đất sẽ hé cùng thịt da sẽ trải
Cho lòng anh khẽ đậu ở hư vô.

Em cũng biết Mẹ mỗi ngày một yếu
Cha thì đi từ thuở nọ chưa về
Bốn thằng con sống chung cùng manh chiếu
Cùng chút xương người Mẹ róc cho con.

Mẹ đà chết ở trong cùng sự sống
Nói làm sao tròn nghĩa mẹ thương con
Anh biết phận, nghĩ mình lêu lổng
Đành cậy em sớm tối quanh người.

Mai mốt chi đây em rời bệnh viện
Mừng cho em đôi nạng trên mình
Anh chỉ ngại lá cờ phủ xuống
Phủ theo sau lời lẽ hy sinh.

Nạng sẽ gõ vui nhà vui cửa
Vui như kẻ nào đánh ngựa về khuya
Vui như tiền giấy xé chơi vui như lửa
Vui như cơm ăn lưng chén giả đò no.

Thôi hãy nhận chút tình riêng anh rót
Xuống tình em lất phất tí chua cay
Em đừng hỏi sao lời anh không ngọt
Sao giọng buồn thiu
như tiếng chim lẻ bạn thở trong ngày.

Em đừng hỏi sao lời anh không ngọt
Nào uống đi rồi có chia tay.

Em uống đi rồi có chia tay.

(Đà Nẵng 1971)

* *Thưa Mẹ, năm 1971, Xuân em trai của con trong một cuộc hành quân bị đạn ghim vào chân trái, không về được trong lễ thành hôn của em mà hai họ đã định ngày tại Đà Nẵng. Chàng rể vắng mặt, lễ cưới vẫn tiến hành. Hai họ vẫn rộn rã chúc mừng. Cô dâu ngoài mặt giả cười vui mà lòng đau như cắt. Riêng con, về muộn một ngày sau tiệc cưới. Hôn lễ vừa xong, em dâu đã vội vã từ Đà Nẵng vào Nha Trang nuôi chồng ròng rã nhiều tháng ở Quân y viện. Và, con thì lủi thủi trở về ngôi trường đang dạy, ngồi viết... Thư Cho Em Trai Ở Quân Y Viện Nguyễn Huệ, Nha Trang.*

MẸ VÀ CON,
NON VÀ NƯỚC

Đừng. Đừng giết con tôi!
Súng bắn thẳng người mẹ
"Mẹ ơi, con mồ côi..."
Súng bồi thêm người con.

Quỷ đỏ đeo mặt nạ
Giết cả mẹ cùng con
Cướp cả non cùng nước!

Súng quay vào thành phố
Quay vào chính nhân dân
Đâu thể nào tử lộ
Đường đi đến tự do
Mà sẽ là huyệt mộ:
Chôn kẻ thù nhân dân

Quỷ đỏ đeo mặt nạ
Giết cả mẹ cùng con
Cướp cả non cùng nước!

Việt Nam phơi hồn cốt
Lồng lộng giữa đêm đen
Quê hương chỉ có một:
Đường đi đến tự do
Tuổi trẻ chỉ có một:
Lý tưởng và lương tri.

Quỷ đỏ đeo mặt nạ
Giết cả mẹ cùng con
Cướp cả non cùng nước!

(California 2022)

CHA VÀ CON

Chiều nằm xuống như da vàng của Mẹ
Sông núi buồn queo quắt ngó dung nhan
Vạt máu vãi trên đồi cao bóng lẻ
Máu quân thù hay máu của quê chung.

Máu vẫn đỏ những con đường đất đỏ
Mẹ còng lưng gánh lúa dắt trâu về
Cha cúi xuống suốt khoảng đời khốn khó
Những chiều hôm vấn thuốc ngủ ven đê.

Con sẽ xới cho người đôi chút máu
Chút xương da người lính ở trong này
Trông có đỏ như sông Hồng ngoài ấy
Có ngọt ngào như màu máu quê chung.

Đêm đà nổi vẫy lưng trời với bóng
Ý phân tranh vỗ cánh hót quanh mình
Mắt chưa vuốt vắt ngang đời có mỏi
Hồn chưa nguôi hồn đọng giữa tàn phai.

Ơi lường lật nằm sau tầm giới tuyến
Con giết cha không khác một kẻ thù
Người nằm đó vắt qua lòng dây kẽm
Mượt hơi bom lửa rót mát như thu.

Cánh dơi chiều vỗ một đời tủi cực
Chúa buồn thiu cùng thần thánh quay đi
Mây cũng mỏi theo đất trời day dứt
Đợi bóng câu xa lắc buổi tương phùng.

Chiều nằm xuống như da vàng của Mẹ
Lá không vui che dạ thở trong cành
Và người chết vắt qua lòng dây kẽm
Xác quân thù hay xác của anh em.

(Việt Nam 1964)

THƯ GỬI CHA
BÊN KIA SÔNG BẾN HẢI

Tay ốm quá làm sao con che hết
Biển xô nhanh trên cùng suốt dân mình
Con rẽ bóng sống chung cùng rệp muỗi
Nỗi thật đen xòe đôi cánh đao binh.

Ơi giải phóng
          phóng bùa vong bản
Tiêu máu nhân dân
                    đỏ phố đỏ cờ
Chân vô thức bủa quanh đầu cách mạng
Con gõ hồn thân bỗng úa mênh mang.

Trong hiu hắt dòng chim rừng quẫy cánh
Dắt dìu nhau trôi dạt bến bờ xa
Lửa cuồn cuộn chìm sâu vào sử sách
Cội chia nguồn và bóng cũng chia ta.

Con bấu mặt con tưởng mình xa lạ
Buồn đong đưa
        buồn đọng xuống hoang mang
Nỗi chết đó đột nhiên thành ân huệ
Quê hương kia ôi màu máu kinh hoàng.

Con dại
    con ngu
        cam mình bất hạnh
Xin quay về chong đôi mắt xanh xao

Đứng ngó tổ tiên
        ngó cùng dân tộc
Ngó xuống hồn thân bỗng úa mênh mang.

(Việt Nam 1965)

** Thưa Mẹ, Năm 1965 giữa tình hình rối mù của miền Nam, những lúc này con thường nghĩ đến cái gọi là "Mặt Trận Dân Tộc Giải Phóng Miền Nam Việt Nam" và nghĩ nhiều đến Cha của Con – người Cha theo "cách mạng" từ ngày con còn quá nhỏ, đâu nhớ mặt Cha và được âu yếm gọi tên Cha. Mẹ ơi, con đã viết các bài thơ: Cha Và Con, Thư Gửi Cha Bên Kia Sông Bến Hải... trong tâm trạng xót đau tột cùng đó.*

CHÚNG TA ĐẾN
THEO MẶT TRỜI VỪA NỞ

Một hạt nước không làm nên bể cả
Một bàn tay không giữ trọn quê nhà
Biển sẽ động sau hàng hàng hạt nước
Nhà reo vui từ lớp lớp bàn tay.

Chúng ta đến theo mặt trời vừa nở
Một bông hoa chúm chím ở trong lòng
Một cây cầu chụm lại một dòng sông *
Thơm chút nghĩa thêm chút tình vừa chín.

Mẹ sẽ đỡ lúc con ngã xuống
Người tiếp người chân sẽ bước theo chân
Trăm mồ hôi đổ ra cuồn cuộn
Nên đất kia là của nhân dân.

Vì đất ta đã đầy nước mắt
Nên dân ta lấy khổ làm vui
Vì nước ta từ Nam tới Bắc
Nên dân ta sẻ ngọt chia bùi.

Chào gò đồi thơm mùi nương rẫy
Chào vùng cao dựng phố làng vui
Vì nước ta từ Nam tới Bắc
Nên dân ta sẻ ngọt chia bùi.

Chúng ta đến cho xanh cây tốt lá
Đường ta đi lót một dạ thủy chung
Ôi đất cát, ôi ruộng vườn ngọt quá
Tình Bắc Nam nghĩa ruột thịt chia cùng.

Ta nghẹn cổ hát giữa trời lồng lộng
Chút hồn kia kêu ríu rít như chim
Lòng phơ phất thổi trong cùng sự sống
Thổi trong cùng đôi mắt kiếm tìm nhau.

(*) Cầu Hiền Lương sông Bến Hải.

(Biên Hòa 1974)

CON TRÂU CƯỜI, ƯỚT NẮNG ĐỨNG TRÔNG XUÂN

Trâu nhớ cày, đồng trống mênh mang
Ruộng vườn xưa một dãi bom càn
Mẹ nhớ Cha như khoai nhớ sắn
Bao nhiêu năm một dạ sầu mang.

Sẽ qua đi trong từng cay đắng
Từng cây khô từng phố bệnh vàng
Quốc kêu khuya, buồn hơn xé ruột
Mừng dân mình qua hết lầm than.

Những chuyến xe ngược xuôi Nam Bắc
Những miệng cười tình nghĩa Bắc Nam
Những tiếng chim rộn ràng trong mắt
Mặt trời lên Nam Bắc thênh thang.

Lúa sẽ trổ trên đồng khô nẻ
Vườn cây xưa sẽ thấy hoa cười
Rừng núi kia một thời quạnh quẽ
Nhát rìu nhát cuốc sẽ khai hoang.

Rầm rập đi bao người rất trẻ
Đạp bóng đêm, tổ quốc thơm lừng
Những tiếng chim rộn ràng trong mắt
Con trâu cười, ướt nắng đứng trông xuân!

Chúng ta sẽ về theo nắng mới
Theo nhân dân sáng rợp tình quê
Chúng ta sẽ về theo mưa đợi
Xóm làng vui, thương quá quê ơi!

(Biên Hòa 1974)

Thơ: Phương Tấn
Phổ nhạc: Nhạc sĩ Thanh Sử

** Thưa Mẹ, năm 1974, chiến tranh Việt Nam bùng phát dữ dội. Đêm đêm, con nằm nghe pháo kích ào ạt dội xuống sân bay Biên Hòa cùng tiếng đạn rào rào trên mái tôn nơi ngôi trường con dạy đến quen tai. Có một đêm mệt quá con thiếp đi. Trong giấc ngủ, lạ quá con không hề thấy chiến tranh, khổ nạn, tương tàn. Ngược lại, con thấy một giấc mơ hòa bình như Mẹ và con hằng mơ ước bao năm. Một giấc mơ mà ngay đó, khi giật mình dậy giữa cơn mưa pháo kích và tiếng đạn rào rào trong khuya, con cầm bút, chữ tuôn trào ra giấy. Con cứ ngỡ mình đang cầm giấy để hứng thơ. Con cắt thơ làm 2 bài: Con Trâu Cười, Ướt Nắng Đứng Trông Xuân và Chúng Ta Đến Theo Mặt Trời Vừa Nở. Hai bài thơ này con đã đọc cho Mẹ nghe ngay trong ngày miền Nam bị mất và hai mẹ con cùng khóc. Thật oan nghiệt!*

ĐẠP BÓNG ĐÊM HƯỚNG VỀ PHÍA CHÂN TRỜI

Trâu nhớ cày, đồng trống thênh thang
Ruộng vườn xưa một dãi bom càn
Bắc với Nam như khoai với sắn
Bao nhiêu năm một dạ sầu mang.

Có hơi thở trong từng chút đất
Có thịt xương trong mỗi con đường
Tóc Mẹ bạc những ngày bám đất
Lá xanh thêm như mắt con thơ.

Chúng ta sẽ về theo nắng mới
Theo nhân dân sáng rợp tình quê
Chúng ta sẽ về theo mưa đợi
Theo nhân dân nô nức nước đi về.

Lúa sẽ trổ trên ruộng vườn khô nẻ
Vườn cây xưa sẽ thấy hoa cười
Rừng núi kia một thời quạnh quẽ
Nhát rìu nhát cuốc sẽ khai hoang.

Những chuyến xe xuôi ngược Nam Bắc
Những miệng cười tình nghĩa Bắc Nam
Những tiếng chim rộn ràng trong mắt
Mặt trời lên Nam Bắc thênh thang.

Rầm rập đi bao triệu người rất trẻ
Đạp bóng đêm hướng về phía chân trời
Mỗi cánh tay là một ngọn đuốc
Mỗi tấm lòng là một mùa xuân.

Sẽ qua đi trong từng cay đắng
Từng cây khô từng phố bệnh vàng
Từng chén cơm lưng có hạt lệ mặn
Mừng dân mình qua hết lầm than.

(1974)

ÔI TIẾNG CƯỜI TRONG VẮT BỨC TRANH QUÊ

Đuôi ngúc ngắc và miệng cười tủm tỉm
Nhìn trâu kìa hóm hỉnh quá đi thôi
Mây cuốn quýt kéo từng đàn phiêu lãng
Lúa ca vang vàng rực cả ban mai.

Quần Mẹ xắn ống cao ống thấp
Trời ửng hồng lấp ló nắng xa xa
Cha xớ rớ nhìn rừng tre mát rượi
Mẹ lội mương mò cá, lá reo vui.

Chim thỏ thẻ cùng anh trâu lí lắc
Lúa đông xuân gặt miết ngỡ như chưa
Đòn xóc đòn càn rộn ràng gánh lúa
Máy tuốt khỏi rơm tách lúa vàng thơm.

Đứng ngược gió, Mẹ cầm diều điệu nghệ
Cha giật dây, diều no gió bay cao
Cười nắc nẻ giữa cánh đồng nắng xế
Ôi tiếng cười trong vắt bức tranh quê.

(Quê nhà tháng 6-2023)

** Thưa Mẹ, ngay từ thuở chập chững, Cha con đã đi xa. Đến nay, con vẫn đánh vần được chữ "Cha" nhưng tuyệt nhiên con chưa biết thế nào là tình Cha. Mẹ cơ cực nuôi bốn đứa con, mòn mỏi theo đất trời, héo hắt theo huyễn mộng, sầu đùn theo năm tháng để Mẹ mòn mỏi "Đợi Bóng" ma trơi chập chờn!*

Đến nay Mẹ đã mất, nhưng hình bóng Mẹ vẫn mãi mãi khắc ghi trong tâm trí. Mẹ sống cùng con không những trong ngày mà ngay trong từng giấc ngủ. Mới đây thôi, tháng 5-2023, khi về lại quê nhà thắp hương cho Mẹ ở chùa Giác Uyển, Sài Gòn, ngay đêm đó Mẹ ơi, con đã nằm mơ thấy tình yêu của Mẹ và Cha đậm đà hương quê của một miền Nam thanh bình ngày xưa ấy. Ôi, đẹp làm sao: Đứng ngược gió, Mẹ cầm diều điệu nghệ / Cha giật dây, diều no gió bay cao / Cười nắc nẻ giữa cánh đồng nắng xế / Ôi tiếng cười trong vắt bức tranh quê...

Tranh ***BÉ KÝ***

CHỚ ĐIÊN
CHỚ BẢO ĐIÊN

Ngậm cõi đời trong miệng
Ta ngẫm chi cũng buồn
Thốt một lời cũng mỏi
Chớ điên chớ bảo điên.

Đêm mỗi mình bó gối
Ngồi cú xụ Phật ơi
Đêm mỗi mình bó gối
Lắc chuỗi cười trong tay
Lắc cho sùi bọt mép
Chớ điên chớ bảo điên.

Lăn cho đều trái tim
Lắc cho đều cái chết
Lăn cho đều trái tim
Qua mỗi phần cái chết
Lắc cho đều cái chết
Qua mỗi phần trái tim.

Ta dựa lưng vào ngực
Tim lăn qua kẽ chân
Lăn qua lăn qua đất
Vòng đất vòng đất nữa.
Chớ điên chớ bảo điên.

Ta là người là ta
Người là ta là người.

(Da Bà Bầu Chợ Lớn
và bệnh viện Bình Dân Sàigòn 1962)

ĐẮNG VÀ CAY

Sau mỗi đêm không ngủ
Bức tóc vo lấy đầu
Cổ bong đầy những mủ
Tôi sầu như cỏ khô.

Và mỗi đêm không ngủ
Lại vả vào mặt mình
Vả vào nỗi cùng khốn
La hét như người điên
Chặn ngực nghiến lấy gối
Đờm vãi xuống hàng hai.

Lại mỗi đêm không ngủ
Tôi há họng soi gương
Mủ bong đầy trong cổ
Cùng vết lở thương tâm
Tôi cắn răng chịu khổ.

Thôi thức cho qua đêm
Đêm thức cho qua ngày
Ngày thức cho qua năm
Quên bẵng đắng và cay.

Nào quên như nỗi nhớ!

(Sàigòn, bệnh viện Bình Dân 1963)

REO VUI
GIỮA HUYỆT ĐỜI

Này cô đơn quá đỗi
Tuổi trẻ làm sao ăn
Tóc đà trắng buồn bã
Sao chẳng thấy Phật đâu
Nhào lộn trên thánh giá
Vẫn chẳng thấy Chúa đâu.

Thôi đêm còn hai tay
Bứt tóc vo lấy đầu
Và ngày còn hai chân
Giẫm lên cùng nỗi khổ.

Thôi tôi còn một tôi
Reo vui giữa huyệt đời
Huyệt đời huyệt đời ơi!

(Sàigòn 1964)

VÂNG, MỘT ĐỜI KHỔ LỤY

Tôi nhảy chồm lên trán
Đứng huýt sáo liên hồi
Tôi nhảy chồm lên trán
Cất tiếng hót véo von
Rồi phá lên cười ngất
Cười như tiếng khóc tôi

Ôi như phận đời tôi.
Này tôi xé thương yêu
Chia mỗi người một ít
Tôi xé hết thương yêu
Còn mỗi mình khốn khổ.

Thôi tôi buồn hộ tôi
Giữa hai dòng mủ đổ
Nhốt cổ họng thương tâm
Giẫm lên nỗi cùng khổ.

Thôi, tôi buồn hộ người
Mang theo làm lộ phí
Dành tiêu hết một đời
Vâng. Một đời khổ lụy
Một đời, một đời ơi!

(Sàigòn 1965)

VÀO NHỮNG NGÀY CÓ KINH NGUYỆT

Ta giẫm qua mặt mình
Giẫm qua cơn lệ lớn
Ta giẫm lên mặt người
Chân vắt giữa cành răng
Cổ dài như ngực mỏng.

Mặc, hãy mặc để mặc
Cung cúc giữa xó đời
Sá chi một tiếng thét
Mộ đời mộ đời ơi!

Khóc mù mắt ta khóc
Đêm sâu rừng sâu hơn
Rừng sâu ta sâu hơn
Thèm được nói như người.

Ta giẫm qua mặt mình
Giẫm qua cơn lệ lớn
Ta giẫm lên mặt người
Chạy thiếu điều hụt hơi
Kịp trời lên lúc chết
Kịp trời lên lúc chết.

(Bệnh viện Bình Dân Sàigòn 1966)

** Mẹ ơi, khi chữa trị ở bệnh viện Bình Dân, Sài Gòn, con nhìn thấy bệnh nhân bị mất mũi, rụng mũi mỗi ngày, con nghĩ đến phận mình và cái chết gần kề. Và, gần kề nhất là những ngày mủ và đàm úa ra từ miệng và mũi nhiều quá. Những ngày đó con gọi là "Vào Những Ngày Có Kinh Nguyệt" như tên gọi một bài thơ mà con đã làm cùng những bài thơ: Chớ Điên Chớ Bảo Điên, Đắng Và Cay, Reo Vui Giữa Huyệt Đời, Vâng Một Đời Khổ Lụy...*

Tranh BÉ KÝ

ẦU Ơ,
CON ẮM BÓNG THEO TẠ ĐỜI

Mẹ cười bưng bát cơm thiu
Ầu ơ, móm mém hắt hiu phận bèo

Mặc lòng, trời đất cheo leo
Ầu ơ, con ẵm bóng theo tạ đời.

(Sàigòn 1997, ngày Mẹ mất,
bài thơ thứ nhất)

CON CƯỜI BÊN MỘ
VUI CÙNG NỖI ĐAU

Mót tàn hơi, níu thời gian
Đất trời chết điếng trần gian mịt mùng

Mông lung, cát bụi mông lung
Con cười bên mộ vui cùng nỗi đau.

(Sàigòn 1997, ngày Mẹ mất,
bài thơ thứ hai)

TRĂNG GIÀ VẮT XÁC BÊN HÀNG TRẦM LUÂN

Cội mai chết tự đêm qua
Đất trời rụng bóng làm nhòa thế gian.

Biển im, núi sững, sầu mang
Trăng già vắt xác bên hàng trầm luân.

(Sàigòn 1997, ngày Mẹ mất,
bài thơ thứ ba)

THẾ GIAN
CHỤM GIỮA CƠN ĐAU

Thế gian chụm giữa cơn đau
Vỡ ra thành lệ rụng vào mộ sâu.

Khuya đi trăng dọi mối sầu
Cõi xa vằng vặc một màu quạnh hiu.

(Sàigòn 1997, ngày Mẹ mất,
bài thơ thứ tư)

** Thưa Mẹ, con đã khóc như điên dại trong ngày 22 tháng 7 năm 1997 – hôm Mẹ qua đời. Và đã ngồi bên mộ Mẹ làm 4 bài thơ lục bát: Ầu ơ, Con Ẩm Bóng Theo Tạ Đời, Con Cười Bên Mộ Vui Cùng Nỗi Đau, Trăng Già Vắt Xác Bên Hàng Trầm Luân, Thế Gian Chụm Giữa Cơn Đau.*

Sau ngày đó, Mẹ ơi hình như con sống để khóc. Thấy ai giống Mẹ, thấy ai cỡ tuổi Mẹ, rồi đến những cảnh thương tâm dù ngoài đời hay trong sách báo, trên sân khấu hay trong phim ảnh, con đều khóc vì nhớ Mẹ.

CHẾT SỮNG GIỮA CƠN MƠ

Gõ lấy thân lép kẹp
Như gõ vào áo quan
Đất trời đà khép mắt
Buồn hơn thuở hồng hoang.

Những đồng tiền mẹ rót
Lăn qua kẽ tay mòn
Hạnh phúc nào còn sót
Lọt thỏm giữa đời con.

Tiêu xài da thịt Mẹ
Nến tắt. Gió là con
Con là quân đổ đốn
Yêu Mẹ như thù con.

Gõ chiếc thân lép kẹp
Như gõ vào áo quan
Con cười như gỗ ván
Xếp vó giữa gò hoang.

Con cười như vết đạn
Chết sững giữa cơn mơ.

(2022)

** Mẹ vốn là một phụ nữ quý phái, thùy mị nhưng con là đứa con suốt đời làm khổ Mẹ. Da thịt Mẹ hồng hào, tươi đẹp ngày nào, đã dần dần héo gầy, xanh xao, bệnh tật không khác ngọn nến trước gió. Mẹ ơi, không phải vì cơn gió mạnh hay cơn gió nhẹ mà chính con - đứa con hư đã thổi tắt ngọn nến lấy đi ánh sáng của đời Mẹ.*

Hôm Mẹ mất, con như điên dại lấy hai tay đập mãi vào chiếc thân gầy gò của mình như đập vào áo quan… Mẹ đừng buồn con. Con cười như xé ruột cho Mẹ vui đây, Mẹ ơi!

Con cười như những tấm ván áo quan lạnh tanh giữa đất trời trống huơ trống hoác. Con cười như vết đạn tự dưng từ đâu ghim vào người. Con cười như những tấm ván áo quan lạnh tanh nằm lạnh lẽo, trơ trọi giữa gò hoang. Con cười, con cười mãi và... Chết Sững Giữa Cơn Mơ!

YÊU MẸ.
CHỈ MẸ THÔI!

Tuột xuống tuột xuống nữa
Rơi tỏm giữa hố đời
Lọt thỏm thềm địa ngục
Ngộp ngụa những bụi tro.

Không ngủ cũng chẳng thức
Không bóng cũng chẳng hình
Sửng hồn và mê sảng
Mịt mùng nẻo vô minh.

Lọt thỏm thềm địa ngục
Mẹ đâu, ôi Mẹ đâu?
Vọng âm từ ánh chớp
Cửa tâm mở nghiệp lành!

Vọng âm từ ánh chớp
Nghiệp lành mở cửa tâm
Lấp lánh từ chánh nghiệp
Rợp bóng Mẹ trong con.

Yêu Mẹ. Chỉ Mẹ thôi!

(California 2023)

** Và Mẹ ơi, con nhớ mãi nhớ miết giữa tháng 7 năm 1997 bệnh của Mẹ trở nặng. Bệnh viện Gia Định chuyển Mẹ vào phòng cấp cứu. Ban đêm không ai được phép vào thăm. Bên hông phòng cấp cứu chạy dọc theo hành lang bệnh viện là cánh cửa lớn được khóa chặt. Ba anh em Song, Phương, Xuân chúng con trải chiếu nằm ngay dưới chân cửa mỗi đêm. Cánh cửa có lỗ khóa. Chúng con khom lưng, từng người một được chia phiên nhìn qua lỗ khóa để theo dõi bệnh tình của Mẹ và được nhìn thấy Mẹ. Sau nhiều đêm không ngủ, một hôm đến phiên con được nhìn qua lỗ khóa. Con khom lưng, mệt lã, đôi mắt hoa lên, người muốn quỵ xuống, và con đã quỵ xuống thật, Mẹ ơi!*

Trong cơn hoảng loạn và mê sảng ấy con cứ thấy mình bị tuột xuống, tuột xuống mãi giữa một vùng tối tăm, sâu thẳm, bụi tro mịt mù. Đến một lúc, con thấy mình không bị tuột xuống nữa mà hồn xác quanh quẩn, quẩn quanh... trước thềm địa ngục? Không qua được cửa địa ngục thì làm sao tìm được Mẹ. Mẹ đâu. Ôi Mẹ đâu?

Bỗng dưng con nghe tiếng vọng mơ hồ từ cõi xa xăm cùng một ánh chớp bay qua trong ảo giác. Một câu Phật dạy chợt lóe trong hồn xác: "Tất cả chúng sinh được sinh ra từ chính nghiệp của mình". Như vậy, Mẹ được tái sinh ở một cảnh giới nghiệp lành, không ở cảnh giới địa ngục.

Ôi, nghiệp lành mở cửa tâm / Lấp lánh từ chánh nghiệp / Rợp bóng Mẹ trong con / Yêu Mẹ. Chỉ Mẹ thôi!

CON KHÓC ĐÂY MẸ ƠI!

Nhìn trăng con thấy Mẹ
Mẹ ngồi giữa bóng trăng
Lên chùa con thấy Mẹ
Mẹ tọa giữa đài sen.

Đường đời con có Mẹ
Dẫu lạ cũng thành quen
Đường đời không có Mẹ
Chỉ lạ khó mà quen!

Đường đời con mất Mẹ
Vất vưởng giữa trời đen.

(Quê nhà 2023)

** Thưa Mẹ, đầu tháng 5-2023, vừa về đến Sài Gòn, con vội vã đến ngay chùa Giác Uyển thắp hương cho Mẹ và Cha. Trong cảm xúc, con đã viết và đọc cho Mẹ nghe một bài thơ và đốt đi. Tro tàn và hương khói hòa tan trong nước mắt.*

MẸ CƯỜI
GIỮA TÂM CON

Đã năm sáu tuổi đầu
Còn đòi ngủ bên Mẹ
Đôi đêm lại đái dầm
Ướt cả Mẹ và con.

Nay đà trên bảy mươi
Ước được ngủ bên Mẹ
Văng vẳng tiếng Mẹ cười:
"Con của Mẹ quá hư!"

Con nhìn quanh ngó quất
Trầm lụy phủ thế gian
Bụi lấm lem cửa Phật
Mẹ cười giữa tâm con.

(California tháng 10-2023)

** Thưa Mẹ, từ lúc sinh ra đến khi vào mẫu giáo rồi suốt những năm đầu tiểu học con được ngủ bên Mẹ. Có những sáng khi thức dậy, cả chiếc quần lẫn chỗ con nằm đều ướt sũng. Đôi khi còn thấm sang chỗ Mẹ nằm. Mẹ cười: "Lại đái dầm nữa rồi. Phương của Mẹ hư quá!" Nay, con đã trên bảy mươi vẫn ước ao được ngủ bên Mẹ. Con khóc đây và khóc mãi đến khi được gặp lại Mẹ mới thôi. Mẹ ơi!*

Tranh BÉ KÝ

BÊN DÒNG SÔNG CHIÊM BAO

Nàng hẹn nàng không đến
Bầu trời thấp cơn giông
Chim bay chim bay mỏi
Tia chớp nhòe bến sông.

Mái chèo khua lặng lẽ
Người lái đò đăm chiêu
Chiều lên chiều lên khẽ
Tiếng mưa buồn, buồn thiu.

Một người ngồi vẫn ngồi
Mưa thì vẫn mưa thôi
Nàng hẹn nàng không đến
Con đò xuôi lẻ đôi.

Chim buồn chim không hót
Sông buồn sông xanh xao
Tình buồn tình thêm ngọt
Và như là chiêm bao.

(Lai Nghi, Điện Nam,
Điện Bàn, Quảng Nam
Tháng 7-1983)

Thơ: Phương Tấn
Phổ nhạc: Nhạc sĩ Đynh Trầm Ca
Trình bày: Ca sĩ Đức Minh.

BUỒN NHƯ TRĂNG NHỚ AI

Thuyền chờn vờn xa bến
Như ai chia tay ai
Bóng trăng khuya hiu hắt
Buồn như trăng nhớ ai.

Hai hàng cây ve vẫy
Ai giã từ ai đây
Con phố rêu đứng đấy
Buồn như phố đợi ai.

Tôi cứ như cỏ khô
Em cứ như ngọn lửa
Cháy theo dòng gió ngược
Thổi từ thuở yêu em.

Em là con chim trời
Vút bay vào cõi phúc
Tôi con chim côi cút
Bay ngẩn ngơ bên đời.

(Lai Nghi,
Sàigòn ngày 08-7-1983)

Thơ: Phương Tấn
Phổ nhạc: Nhạc sĩ Phan Ni Tấn
Trình bày: Ca sĩ Bích Tuyền
Phổ nhạc: Nhạc sĩ Lam Duy
Trình bày: Ca sĩ Tâm Thư

CHUYỆN ĐỜI XƯA,
CÔ TIÊN VÀ CHÀNG THI SĨ

1.

Tròng trành nhớ nhớ thương thương
Sông dường hí hửng sóng dường hí ha
Cười cười lí lắc lí la
Nắng sà nhặt lấy nụ hoa cựa mình…

2.

Ô hay nụ đã ra hoa
Trà mi đã trổ mặn mà thuyền quyên
Nghe đâu có một cô tiên
Vịn vai thi sĩ, dịu hiền bước ra.

3.

Tơ hồng xe thuở nguyệt hoa
Xe đi xe lại bao la là tình
Cỏ cây quẫy nắng lung linh
Thương chi thương lạ ơi tình, tình ơi!

4.

Tiếng chim chật cả khoang đò
Líu lo líu lít hôm đò sang sông
Có ai đốt rạ vườn hồng
Mà thơm mùi lúa mà hong ngọn tình.

5.

Ngọn tình chàng cõng về dinh
Mình thêm mình nữa, hai mình một đôi
Cau tươi trầu quế quệt vôi
Têm mai têm trúc thắm môi đỏ lòng *

6.

Dưng không. Trời trút cơn giông
Bão đâu úp xuống rối bòng một đôi
Nát lòng. Xẻ bóng. Lẻ đôi
Bóng kêu u uẩn, một tôi giữa đời.

7.

Khoắt khuya trải dạ ra phơi
Ngọn tình ướt lệ thương thời phu thê
Đêm nhàu bỏ lạc sao khuê
Ngó trời trông đất cõi về nhẹ tênh!

(*) Giống tre làm mai mối theo điển tích trong sách "Lưỡng ban thu vũ am tùy bút" mọc trên bờ đầm gọi là "Mai trúc".

** Thưa Mẹ, cũng vì khốn khó, năm 1983, Lai Nghi - vợ con đã mất cùng đứa con trong bụng khi bị văng xuống đường trong một chuyến xe khách chở ít than ít củi ở Long Khánh đem về bán lại ở ngã Bảy mỗi tối để lấy tiền sinh con, vỏn vẹn chỉ còn một hai ngày nữa. Các bài thơ: Bên Dòng Sông Chiêm Bao, Buồn Như Trăng Nhớ Ai, Đùa Giữa Vườn U Minh, Thắp Hương 100 Ngày, Trời Mưa Ở Xuân Lộc, Biển Đời Vô Tâm, Một Buổi Sáng Trở Lại Ngã Ba Tân Phong, Một Vì Sao, Lật Trang Kinh. Tụng Chữ Tình, Chuyện Ngày Xửa Ngày Xưa, Ngó Tâm Thấy Phật Chắt Chiu Cội tình, Chuyện Đời Xưa - Cô Tiên Và Chàng Thi Sĩ... con đã làm trong sự nhớ thương hòa cùng nước mắt. Thơ, hay tự sự của một hành giả đã chứng ngộ sau nỗi đau xé ruột trong cõi vô thường, Mẹ ơi!*

Tranh BÉ KÝ

CHUYỆN TRÒ CÙNG ANH KIẾN, CHỊ DƠI VÀ CHÚ MUỖI

Chim đừng gọi dù một lời rất khẽ
Mây đừng kêu dù một sớm mai hồng
Cho ta đậu bên hiên đời quạnh quẽ
Cho tình ta vãi nhẹ ở hư không.

Này anh Kiến chị Dơi và chú Muỗi
Thịt ta thơm cứ cắn chút làm duyên
Xin đừng hỏi sao ta cùi cũi
Sao lòng ta quạnh vắng đến vô biên.

Thơ ta giã, ướp cùng sương khói
Ướp xương da và máu ở hai miền
Nhấp một ngụm nghe lòng đỡ đói
Nhấp cho qua thời buổi đảo điên.

Ta bẻ kiếm khi quanh thành lửa cháy
Khi cần lao mất cả ruộng vườn
Bom đạn đã nhiều hơn thóc lúa
Hận thù nhiều hơn cả tình thương.

Này anh Kiến chị Dơi và chú Muỗi
Thịt ta thơm xin cắn chút làm duyên
Cắn như đạn như bom như lửa dữ
Như xác anh em như máu hai miền.

Cắn như bão từ đồng minh lại
Cuồn cuộn phù vinh ngậm lấy chân ai
Chút chí khí cũng lọt tầm tay với
Lọt chén cơm tí nghĩa sẻ chia cùng.

Ta bẻ kiếm khi quanh thành lửa cháy
Và ngã lưng trên một dòng sông *
Một cây cầu một tổ tiên mang hai dòng sống
Cho tình ta vãi nhẹ ở hư không.

(Biên Hòa 09-12-1972)

(*) Cầu Hiền Lương sông Bến Hải.

DẠT BÊN ĐỜI CHỈ CÓ BÓNG VÀ TA

Chân lướt thướt giẫm lên buồng trăng rụng
Bóng và ta ẩm ướt cả thời gian
Ta với bóng lênh đênh và tình cũng...
Dạt bên đời chỉ có bóng và ta.

Lòng sột soạt nơi đầu cây ngọn cỏ
Trăm bơ vơ chụm lại ở chân mày
Một bát sầu đọng lại ở chân mây
A con nhạn lẻ bầy kêu thắt ruột!

Nghe rờn rợn yêu ma trong kẽ núi
Trên rừng kia phơ phất một trời xuân
Có con quạ rỉa lông nơi bóng núi
Bảo mùa đông đâu phải mùa xuân.

Ta quậy quạ với đất trời buồn lạ
Mây ngu ngơ và gió cũng ngỡ ngàng
Chim ngược bước rơi tiếng kêu lạnh quá
Kiếm hộ chim sợi nắng ở xuân sang.

E ta ngã giữa xó đời chật chội
Trong sớm mai bên cỏ lá đìu hiu
Mắt không vuốt để nhìn ra trăm cõi
Chốn ta bà sao quá đỗi hoang liêu.

(Huế 1972)

NỞ RỘ
NHỮNG CHIÊM BAO

Và một thoáng hồn chao trong đáy chén
Cùng lệ ta thánh thót dưới vai đời
Ta duỗi mình trên lưng rượu hát chơi
Tay gõ chén ngỡ ngựa khua lốc cốc.

Đừng. Đừng nhắc rằng đời ta lận đận
Rằng anh em sao đi mãi không về
Rằng tuổi trẻ có cái chi vui quá
Mà thơ ta ngào ngạt những xót xa.

Thêm một chén mừng cho đời loạn lạc
Mừng tóc ta phủ bạc tuổi còn non
Gió đừng thở kẻo lòng ta xào xạc
Những hơi thu buồn ngát một trời xuân.

Một chén nữa nhấp cho say túy lúy
Nghe như trời rót lụa dưới chân ta
Nghe như chim ngậm lúa ở sau nhà
Rơi mỗi hột giữa lòng ta thơm quá!

Ta sẽ vớt hồn ta trong đáy chén
Thả trong mây và vãi ở trong sao
Người sẽ thở tình ta trong trời đất
Để nghe đời nở rộ những chiêm bao.

(Sàigòn 1973)

Thơ: Phương Tấn,
Nhạc sĩ: Đynh Trầm Ca phổ nhạc,
Trình bày: Nhạc sĩ Trần Quang Lộc

** Thưa Mẹ, chuỗi ngày trong năm 1972 là chuỗi ngày ác liệt nhất của chiến tranh Việt Nam mà người Việt thường gọi là "Mùa hè đỏ lửa" dẫn đến việc ký kết Hiệp định Paris vào ngày 27 tháng 1 năm 1973. Mỗi ngày vào lớp, học trò của con là những khóa sinh Không Quân thường hỏi con những câu hỏi buồn về cuộc nội chiến Nam Bắc, về Nga Tàu, về Mỹ về đồng minh, về ai thắng ai thua trong chiến tranh Việt Nam. Những lúc đó con thường im lặng lắng nghe, và khi mỗi mình về lại phòng riêng, con chỉ biết "Chuyện Trò Cùng Anh Kiến, Chị Dơi Và Chú Muỗi" để thấy mình "Dạt Bên Đời Chỉ Có Bóng Và Ta" và nghe đời "Nở Rộ Những Chiêm Bao". Con ám ảnh câu nói của Tổng thống thứ 16 của Hoa Kỳ Abraham Lincoln: "Khi viên đạn xuyên vào một người lính dù thuộc bên nào đi nữa, thực ra nó xuyên vào trái tim người Mẹ!".*

THƯƠNG CÂY NHỚ CỘI

Còng lưng thay trâu cày qua luống đất
Qua những luống đời ròng rã chiến chinh
Ngưng bắn nghe đâu riêng cho thành thị
Chỉ có thị thành không có đao binh.

Mỗi sáng ra đồng cờ vàng cờ đỏ
Cờ của bên này cờ của bên kia
Đây đạn Trung-Xô đấy bom Mỹ quốc
Kia xác đồng bào nọ xác anh em.

Giựt đất cắm cờ cắm cờ giựt đất
Cờ của hận thù đất của Việt Nam
Bom đạn cho ai vì ai lường lật
Đâu phải người ngoài giết nhau cho cam.

Lúa của nông dân mặt vàng da bủng
Đất của cha ông chân lấm tay bùn
Đạn của Trung-Xô bom của Mỹ quốc
Cờ của hai miền đất của quê chung.

(Đại Lộc 26-03-1973)

** Thưa Mẹ, sau Hiệp định Paris 1973, chiến trường miền Nam càng khốc liệt. Ngoài các trận đánh lớn, mỗi sáng ra đồng ra ruộng, đi sâu vào các vùng nông thôn mới thấy hết nỗi khốn cùng của người dân quê. Miền Bắc xua quân lấn chiếm đất đai miền Nam. Miền Nam từng ngày từng đêm tái chiếm ấp, xã, vùng bị mất. Người bên này kẻ bên kia nằm chết la liệt. Cờ bên này cờ bên kia thi nhau cắm xuống đất. Hai bên còn tranh nhau vẽ cờ lên cả tường nhà, mái tôn, đình chợ, quán xá...*

Một đêm con theo các bạn, ngủ lại ở huyện Đại Lộc, tỉnh Quảng Nam. Sáng ra, thấy một xác chết được quấn chiếu nằm đầu chợ. Người bạn nói: "Mở chiếu ra xem, kẻ thù đó". Con vén đầu chiếu, bỗng kêu lên cùng nước mắt ràn rụa: "Ô đâu phải người lạ, đâu phải kẻ thù, đó là người Việt Nam, đồng bào chúng ta!" Bài thơ Thương Cây Nhớ Cội được viết trong hoàn cảnh đau thương ấy!

KHOAI LANG
VỎ ĐỎ LÒNG VÀNG

Kính thưa chị cơm bữa no bữa đói
Nhà lêu bêu thuê tháng được tháng không
Xuôi với ngược cũng làm thân tôi mọi
Ngược rồi xuôi vẫn lấy cát lấp sông.

Tuổi thì nhỏ sao lòng nghe đà mỏi
Mắt còn trong sao dạ đã bơ phờ
Chúa thì cao em làm sao mà với
Khổ còn qua, qua mãi ai ngờ.

Kính thưa chị đôi lần em chợt hỏi
Đời có cái chi vui quá là vui
Vui đến khóc dù mình chưa kịp khóc
Thêm chút vui lại một chút ngậm ngùi.

Uổng chi lạ mười mấy năm ăn học
Trả cho thầy hết trọi những văn chương
Đời bày vẽ toàn gì gì lạ quá
E chết đi Chúa ngại mỗi thiên đường.

Kính thưa chị như loài chim bạc phước
Một sớm mai chị gọi chim ơi chim
Như loài hoa tưởng ngủ hoài bên suối
Trong rừng kia được hoàng tử đưa về.

Chị bùi ngùi bảo sao em gầy quá
Ốm tong teo như sậy ở sau nhà
Em muốn khóc những lần nghe chị trách
Ngại con trai ai đi khóc dị ghê!

Kính thưa chị nay đầu đường mai xó chợ
Ít bài thơ dăm cuốn sách theo mình
Còn nghĩa gì đâu một đời lận đận
Còn nghĩa gì đâu mà nhục hay vinh.

Con nhà ruộng hỏi chi tiền với bạc
Cá đặt rò củi chị vớt ngoài mương
Cơm lại ngon em cứ ăn sạch bát
Vét hết nồi sao còn thấy đói meo.

Kính thưa chị, nhà có bé Lan bé Phụng
Có dì Chuyền vui líu xíu như chim
Mỗi sáng dậy em lại mừng trong bụng
Em mừng em được sống nốt một ngày.

Thôi chịu dại như một loài tầm gửi
Xin ở đây ăn bưởi trổ sau vườn
Ngủ trên cây xước mía lùi trong bếp
Buồn cưỡi trâu mà tìm được quê hương.

A, cưỡi trâu mà tìm được quê hương!

(Biên Hòa 1972)

** Thưa Mẹ, thật may mắn trong thời gian dạy học tại trường Kỹ Thuật Không Quân Biên Hòa, con được một khóa sinh tên Bay, mời về ở cùng gia đình. Nhà của Bay nằm sâu hun hút trong ruộng. Gia đình có cha mẹ Bay, chị Hai, chị Chuyền, cháu Phụng, cháu Lan và Bay. Bay là em trai út của chị Hai, chị Chuyền và là cậu của hai cháu Phụng, Lan. Cả nhà đều thương yêu con Mẹ ạ!*

Ngôi nhà khá rộng, bao bọc bằng một khu vườn với nhiều loại cây ăn trái, có cả những con mương đâu đó trong vườn mà hai cháu Phụng, Lan thường đặt rò bắt cá. Từ nhà, nhìn ra bốn phía là ruộng với những con trâu và đường đất hẹp ngoằn ngoèo, chân chất và thơ mộng.

Ở vùng đó, đêm đêm vẫn còn thắp đèn dầu. Nhưng thưa Mẹ, được sống nơi ấy qua nhiều năm, con chẳng hề thấy tâm trí mình tăm tối. Có lẽ cha mẹ Bay, chị Hai, chị Chuyền, bé Phụng, bé Lan và cả Bay đã dạy con nên người qua ánh sáng tỏa ra từ những trái tim nhân hậu và lễ giáo của họ. Khoai Lang Vỏ Đỏ Lòng Vàng là một bài thơ chân chất, mộc mạc mà con đã làm và rất yêu như đã yêu họ.

HÒA BÌNH HÒA BÌNH, ĐƯỜNG XA LĂNG LẮC

Khi nằm xuống và khi nằm xuống đó
Sao vàng hoe cùng sọc đỏ quanh mình *
Tay vuốt mắt một tay vòng lưng cỏ
Có vui gì nhúm nhó chút hiển vinh!

Hòa bình hòa bình đường xa lăng lắc
Lá tre vàng queo quắt ngó dung nhan
Loài cây mọn thở nghe buồn hiu hắt
Xót thương kia vong bản vỗ chân cười.

Đất bừng đỏ xoáy tròn như vỏ ốc
Bầy quạ đen bay đặc quánh vòm trời
Dân Việt khóc cho nỗi buồn lớn mãi
Lúa không cười cho lịch sử không vơi.

Quê hương chảy đơm mầm đau thành quả
Đồng cỏ khô và đất nước cấu đôi **
Khốn cùng ấy đà cào sâu lòng đất
Dưới xa nghe sóng dạt nóc luân hồi.

Khi nằm xuống và khi nằm xuống đó
Dăm bạn bè vỗ cánh lạ ăn đêm
Tay vuốt mắt một tay vòng lưng cỏ
Ván trên kia lần khép lại êm đềm.

(1964)

(*) "Cờ đỏ sao vàng" và "Cờ vàng 3 sọc đỏ".
(**) Miền Nam và miền Bắc Việt Nam.

TÚY NGỌA SA TRƯỜNG QUÂN MẠC TIẾU *

Từ tâm thu lại di truyền
Chân con giải phóng bóng thuyền vong lưu

Hồn xô tay phất oan cừu
Tiền thân tự đó thu mình quạnh hiu

Ý lao lung ý tiêu điều
Ý trong lưng ngựa dập dìu thổi lên

Mạng buồn một kiếm lênh đênh
Một gươm vóc nọ trôi lên chiến trường

Đạn chim chíp vỗ hoàng lương *(**)*
Thây lăn lóc vỗ thiên đường hò reo.

(Việt Nam 1965)

(*) Câu thơ trong bài thơ Lương Châu Từ của Vương Hàn.
(**) Hoàng lương (kê vàng): Tất cả là huyễn mộng.

** Thưa Mẹ, con buồn thấm đẫm cả hồn xác cái màu "cờ đỏ sao vàng" suốt bao năm nên đã làm bài thơ Hòa Bình, Hòa Bình Đường Xa Lăng Lắc. Và, ám ảnh cái thảm cảnh "Túy Ngọa Sa Trường Quân Mạc Tiếu" trong bài thơ Lương Châu Từ của Vương Hàn nên con đã lấy câu thơ này làm tựa đề cho một bài thơ của con. Con vẫn thường nghĩ một ngày nào đó, khi nằm xuống con sẽ không còn ai bên mình, một tay con phải tự vuốt mắt mình, tay kia tự vòng lấy tấm lưng đặt xuống cùng cỏ dại... Áo quan là trời cao... khép lại...*

NẮNG HẠN

Lên rừng, rừng trơ xương
Xuống sông, sông cạn nước
Nắng tha lửa lên nương
Mây tha sương về núi.

Một con chim cùi cũi
Giữa cơn mơ cháy rừng
Một con thuyền lầm lũi
Lụi hụi giữa đời sông.

Đứng trong trời mênh mông
Tôi nhỏ nhoi chiếc bóng
Thênh thang đôi cánh mộng
Vướng trên ngọn hư không.

Ai ngóng bên kia sông
Ai ngóng bên này sông
Một con thuyền mắc cạn
Một nỗi đau bềnh bồng.

(Sàigòn tháng 4-1975)

Thơ: Phương Tấn,
Phổ nhạc và trình bày: Nhạc sĩ Phan Ni Tấn
Phổ nhạc: Nhạc sĩ Nguyễn Tuấn
Trình bày: Ca sĩ Lâm Dung

** Thưa Mẹ, trong tháng 4/1975, bóng tối của chiến loạn tràn ngập đêm và ngày. Dòng người di tản dẫm đạp, ùn ùn mà chạy. Chạy về đâu? Nào ai biết! Người và người! Chật kín người cả đường sông đường biển, trên không dưới nước. Hàng hàng lớp lớp con thuyền trôi giạt. Hàng hàng lớp lớp con người đói khát, bệnh tật, bị cướp bóc, bị hãm hiếp, chết trên thuyền, trôi giữa biển... Biển cả thì cứ lạnh lùng đến ghê sợ. Nỗi đau thì cứ bềnh bồng mãi miết như sóng nước tháng tư và "Nắng Hạn" chẳng dừng.*

Mẹ ơi! Chuỗi ngày đau thương ấy, sự sống của cả người và vạn vật ở một miền đất nước hầu như cạn kiệt, thảm khốc. Rừng trơ xương, sông cạn nước, nắng thiêu rụi nương rẫy, mây cũng tha sương về núi. Con người như những con chim lẻ loi, cô độc không khác một con thuyền quất quay chực chờ mắc cạn khi chưa ra được bể cả, như phận đời của họ gắn chặt với đời sông.

Tranh BÉ KÝ

VỚT BÌNH MINH TRONG ĐÊM

CHẢO LỬA TRỤNG CƠ ĐỒ

Chúng nó bán quê hương
Chúng nó bán mình rồi
Làm người dân khi chết
Không cọng cỏ che thân.

Giặc tràn từ phương Bắc
Chảo lửa trụng cơ đồ
Cháy ngàn năm chưa tắt.

Chảo lửa trụng cơ đồ
Quê hương bầm vết cắt
Cứa mối sầu khôn nguôi.

NƯỚC NAM DÂN HÁN Ở

Thôi ngày đà khép mắt
E không mở bao giờ
Đêm trườn mình ve vẩy
Đêm, ôi đêm ôi đêm!

Đêm của loài quỷ đỏ
Chấm máu ăn thịt người
Nhai gan mừng tuổi thọ
Định mệnh đêm sát nhân
Nước Nam dân Hán ở. *

Đêm, ơi đêm ơi đêm
Đêm cười như tiếng nấc
Đắng nghẹn cả biển vàng
Đêm cười như rót đạn
Giết cả một giang san.

(*) Nam quốc sơn hà Nam đế cư (Sông núi nước Nam vua Nam ở) là câu thơ trong bài thơ Nam Quốc Sơn Hà (Sông núi nước Nam) của danh tướng Lý Thường Kiệt.

Thơ: Phương Tấn
Phổ nhạc và trình bày: Nhạc sĩ Võ An Nhơn

BÓNG MA
VÀ TÀU LẠ

Ồ, đâu phải bóng ma
Và đâu phải tàu lạ
Là một loài quỷ đỏ
Nuốt biển đảo của ta!

Chúng ôm bom khiêu vũ
Trên quá khứ cha ông
Mong giết đi lịch sử
Xóa nhòa tổ tông ta.

VÀ NIỀM BÍ MẬT ẤY

Và niềm bí mật ấy
Khắp phố phường chúng ta
Những áo cơm quay quẫy
Trong xác thân mỗi người.

Trên kênh rạch lụp xụp
Dưới gầm cầu tối tăm
Hắt hiu tầng địa ngục
Lục dục mùi nhân gian.

VỚT MỘT ĐỜI LÊU BÊU

Dòng kênh đen lầy lội
Lặng lờ con xóm tối
Em vớt rau dạt bèo
Vớt một đời lêu bêu.

NGẨN NGƠ
ĐỜI BẠC MỆNH

Chị bươi trong rác rến
Bươi cùng chuột cùng mèo
Ngẩn ngơ đời bạc mệnh
Quên bẵng một tiếng kêu.

BIỂN THỦY MỘ TRẮNG PHAU

Oằn lưng đèo cá chết
Biển, thủy mộ trắng phau
Đất miền Trung bạc phếch
Lệt xệt sóng dìu nhau.

Giọt lệ rơi thành muối
Hòa vào giữa biển khơi
Những vòng đời lẩm lũi
Quay ngắc ngoải giữa trời!

DÌM BAO NỖI OAN SÂU

Nhà tù như tóc bạc
Trắng phếu cả mái đầu
Dòng sông như cơn khát
Dìm bao nỗi oan sâu.

SÓNG DẬY
TỪ NHÂN DÂN

Việt Nam Việt Nam ơi
Thánh thần treo cổ chết
Lịch sử bước ra đường
Đương chổng đầu xuống đất
Nhìn quê hương lăn quay
Cùng một loài quỷ đỏ!

Việt Nam Việt Nam ơi
Nào cúi sâu lòng đất
Rồi soi sâu lòng mình
Sóng dậy từ nhân dân
Đâu lẽ nào vô vọng
Và lẽ nào nín thinh?

HÃY ĐEM RẢI MẶT TRỜI

Này anh em tôi ơi
Hãy đem rải mặt trời
Giữa ruộng vườn nứt nẻ
Hãy đem rải mặt trời
Lên mỗi lòng quạnh quẽ
Tay đã đầy tình thương
Hồn đã căng đầy gió
Hãy đem rải mặt trời
Việt Nam một ngày mới!

Tôi mừng tổ tiên tôi
Đã cho tôi lịch sử
Và mừng anh em tôi
Cùng bừng bừng bước tới.

Hãy đem rải mặt trời
Việt Nam một ngày mới!

(Việt Nam 2017)

** Thưa Mẹ, cuối năm 2017 sau khi định cư tại Mỹ, con về thăm lại quê nhà và lên mộ thắp hương cho Mẹ. Ròng rã một tháng, con đã lặng lẽ đi, lặng lẽ nhìn, lặng lẽ nghe về đất nước mình. Nhìn một đất nước tan hoang. Trên rừng, dưới biển, ngoài đảo, phố xá đâu đâu cũng thấy giặc Tàu và cả những phố Tàu, chữ Tàu, con lai Tàu... trên đất Việt. Giặc Tàu đang đắm mình trong rượu bia, gái điếm, tiền bạc, trộm cắp và huênh hoang cùng tham quan đất Việt.*

Mẹ ơi, con cũng đi qua nhiều kênh rạch, gầm cầu, thấy được những phận đời tối tăm như bị nhận chìm trong địa ngục. Con đi qua những bãi rác với những con người đen đủi bươi móc cùng chuột cùng mèo. Con đi qua những bãi biển miền Trung mặt biển trắng phau, đất thì bạc phếch vì cá chết. Con đi qua những nhà tù nhiều như tóc bạc trắng phếu cả mái đầu, dìm bao nỗi oan sâu. Con đã đi qua và đi qua, đi qua...

Mẹ ơi, giặc tràn từ phương Bắc đang hừng hực như chảo lửa, chờ chực trụng cả cơ đồ đất Việt, mong giết đi lịch sử và xóa nhòa tổ tông ta. Thưa Mẹ, vua Duy Tân đã từng nói: "Khi tay bẩn thì lấy nước mà rửa. Khi nước bẩn thì lấy máu mà rửa". 10 bài thơ cùng một tiêu đề chung, con đã ngồi viết bên mộ Mẹ, cầu nguyện cho Việt Nam một ngày mới: Chảo Lửa Trụng Cơ Đồ, Nước Nam Dân Nam Ở, Bóng Ma Và Tàu Lạ, Lục Dục Mùi Nhân Gian, Vớt Một Đời Lêu Bêu, Ngẩn Ngơ Đời Bạc mệnh, Biển – Thủy Mộ Trắng Phau, Dìm Bao Nỗi Oan Sâu, Sóng Dậy Từ Nhân Dân, Hãy Đem Rải Mặt Trời.

Tranh BÉ KÝ

OAN KHIÊN

CHIẾN BÀO

Nắng tàn chinh, rụng trong chiều
Oan khiên líu lưỡi buồn thiu đất trời
Chiến bào quảy xác mà chơi
Kiếm cung ủ dột thây phơi giữa đời.

TANG BỒNG

Tưởng đâu chiến trận vang trời
Thưa không. Sông khóc. Lệ thời khô queo
Tưởng đâu. Đâu tưởng trớ trêu
Tang bồng ngơ ngác. Bọt bèo ngác ngơ.

NÚM RUỘT

Núi ơi. Tiên đứng thẫn thờ *
Biển ơi. Rồng ẵm dật dờ bầy con
Nước non, ơi hỡi nước non
Cũng cùng núm ruột trăm con rạc rời.

TƯƠNG TÀN

Anh hào chìm lỉm giữa khơi
Cuốc kêu chi cuốc, đội trời mà đau
Tương tàn. Lấy máu mà lau
Sao vàng đỏ lửa xưa nào lạ chi!

MẠT LỘ

Nhạn giàn giụa, khóc phân ly
Giang sơn mạt lộ từ khi giặc về
Giặc như ma. Giặc tứ bề
Giặc trong rừng rậm cửa lòng quê cha *.

( ) Truyền thuyết con Rồng cháu Tiên của dòng giống Việt.*

LẠ ĐỜI

Lạ đời, thời buổi can qua
Đấu cha tố mẹ mới là trung kiên
Lạ đời, thời buổi đảo điên
Mùa xuân trốn biệt tận miền chân như.

HỎI?

Hỏi ngày. Trời đất ngất ngư
Hỏi đêm. Biển động dường như sóng gầm
Hỏi người. Tưởng hỏi cõi âm
Hỏi mình. Cười ngất. Cười bầm ruột gan!

(1975 - 2023)

** Thưa Mẹ, Oan Khiên là tiêu đề chung cho 7 bài thơ lục bát của con, mỗi bài 4 câu: Chiến Bào, Tang Bồng, Núm Ruột, Tương Tàn, Mạt Lộ, Lạ đời, Hỏi? - thảm trạng của một miền Nam Việt Nam điêu linh suốt 48 năm, Mẹ ơi!*

Tranh BÉ KÝ

NHỮNG TRANG BÚT KÝ RỜI GỬI MẸ

6 giờ 30 sáng ngày 20 tháng 12 năm 2016, tôi đang lái xe trên đường Lincoln về nhà ở Buena Park City, một chiếc xe màu bạc biển số 6UNX 898 do một cô gái cầm lái từ đường Gilbert đâm mạnh vào hông phải xe của tôi làm chiếc xe cắm đầu vào con lươn giữa đường. Xe tôi bị total loss (phế thải). Tôi bị va đập mạnh vào thành xe và tay lái làm chấn thương cột sống, lãng tai, mờ mắt. Ngày ngày tôi phải đi xét nghiệm và chữa trị tại phòng mạch bác sĩ hoặc bệnh viện.

Ngày 24 tháng 9 năm 2021 sau một ca giải phẫu, mắt phải của tôi đã không sáng hơn lại còn bị nhiễm trùng. Tiếp thêm 2 lần giải phẫu gây mê và gây tê. Tôi chịu đựng trong đau đớn, sức khỏe sút giảm chỉ mong tìm lại ánh sáng cho mắt phải. Nhưng đến nay, ánh sáng chỉ là một giấc mơ không tưởng.

Tôi đang cố hết sức, chống chọi trong ánh sáng lờ mờ của mắt trái để trải hết. Trải như trút nước những gì có thể trút ra từ trí nhớ mệt mỏi, buồn đau trong chuỗi ngày cuối đời.

Tôi sinh ngày 25 tháng 6 năm 1946 tại làng Hải Châu, Đà Nẵng. Ngay từ thuở tôi còn chập chững, Cha tôi đã đi xa. Đến nay, tôi vẫn đánh vần được chữ "Cha" nhưng tuyệt nhiên tôi chưa biết thế nào là tình Cha. Trong bốn người con, có lẽ tôi là người làm khổ Mẹ nhất. Mẹ kể, tôi sinh ra chỉ có bảy tháng mười ngày, non yếu quá đỗi. Không một ai dám nghĩ, Mẹ sẽ nuôi được tôi giữa nghèo đói, đơn độc và vất vã trong chiến tranh. Nhưng vượt lên tất cả, Mẹ đã nuôi được tôi và tôi đã lớn dần trong lồng kính.

Vỏn vẹn tập bút ký "Hòa Bình Ta Mơ Thấy Em" và tuyển tập thơ văn mỏng mảnh "Thưa Mẹ", tôi không thể nào nói hết được tình Mẹ. Chỉ biết, ngày 22 tháng 7 năm 1997 – tôi đã khóc như điên dại trong ngày Mẹ tôi qua đời. Sau ngày đó, hình như tôi sống để khóc. Thấy ai giống Mẹ, thấy ai cỡ tuổi Mẹ, rồi đến những cảnh thương tâm dù ngoài đời hay trong sách báo, trên sân khấu hay trong phim ảnh, tôi đều khóc vì nhớ Mẹ.

Chống chọi với sự mệt mỏi, buồn đau trong thời buổi nhiễu nhương, ly loạn, tôi còn ai bên mình? Những người thân trong gia đình, những anh em văn nghệ, những người thương yêu, tôi tưởng vẫn còn đâu đó nhưng kỳ thật họ đã đi xa thật xa. Rơi rớt vài người còn lại, rồi đây cũng sẽ lần lượt bỏ tôi mà đi hoặc biết đâu, tôi sẽ bỏ họ mà đi.

Thưa Mẹ. Vâng, "THƯA MẸ" là một tuyển tập thơ văn tôi viết cho Mẹ, vì Mẹ và chỉ Mẹ thôi.

Thư của Mẹ, viết dạy dỗ Phương Tấn trong suốt 36 năm (1960-1996). Mẹ mất 1997. Chữ của Mẹ thật đẹp và thư nào Mẹ cũng bắt đầu hai chữ: "Phương con".

THƯA MẸ
Ngày... tháng... năm...

1.
CUỐN TRÔI GIẤC MƠ TIÊN

Thưa Mẹ, cha con đã theo "cách mạng" huyễn mộng giữa đất trời ngay từ thuở con chập chững biết đi. Chiến tranh, nghèo đói và tản cư đã *"Cuốn Trôi Giấc Mơ Tiên"* *(*)* của Mẹ. *"Mẹ Bà Tiên Bất Hạnh"* sầu đùn theo năm tháng để Mẹ mòn mỏi *"Đợi Bóng"* ma trơi chập chờn!

Mẹ nói, con sinh ra chỉ có 7 tháng 10 ngày. Mẹ đã nuôi được con và con đã lớn dần trong lồng kính. Chiếc lồng mà Mẹ nói, nuôi con còn khó hơn nuôi một con chim sâu nhỏ. Đến khi trưởng thành, con vẫn làm khổ Mẹ. Khổ không vì hút xách, đàng điếm mà khổ vì căn bệnh và cái lý tưởng mà con đeo đuổi. Cái lý tưởng làm cho thần trí con lắm khi điên loạn, thân xác con héo mòn. Nhưng, lý tưởng lại đầy ma lực và quyến rũ làm sao! Con luôn ấp ủ chuyện viết sách và mong sách của

---

(*) Các hàng chữ in nghiêng viết hoa trong ngoặc kép là tên các bài thơ trong "Tuyển tập thơ văn Thưa Mẹ".

mình bán được để lấy tiền cấp học bổng, bảo trợ học sinh nghèo hiếu học, cứu giúp đồng bào chiến nạn, rồi mua đất xây dựng "Trung Tâm Sinh Hoạt Thanh Thiếu Niên Việt Nam" và lập "Làng Cô Nhi Thương Yêu".

Thưa Mẹ, suốt thời thơ ấu mãi đến khi con vào đời, đổi được từng ngày sống, học được từng con chữ, biết được chút đạo lý và làm được một số việc cho mình, cho đời, đều nhờ vào sự hy sinh và nỗi cùng khổ của Mẹ.

Mẹ kể, Mẹ đã ôm 4 đứa con nhỏ dại trên một chiếc thuyền thúng bé xíu. Thuyền thúng cứ trôi lòng vòng ở khúc sông Tiên Phước, Quảng Nam, dập dềnh muốn lật. Người thân khuyên Mẹ bán bớt con… Nhưng Mẹ đã ôm bầy con khóc mướt, bán Mẹ không bán Con.

Thời tiểu học, con không hiểu bằng cách nào Mẹ đã lo cho con được vào trường "Ecole Primaire Francaise" – trường Tây duy nhất ở Đà Nẵng thời ấy. Con đã học đến Cours Moyen de 2è Année (lớp nhì lớn) sắp sửa lên Cours Supérieur (lớp nhất) thi lấy bằng Primaire (tiểu học) cùng các con Tây và Tây lai. Có lẽ Mẹ muốn con sau này làm được việc có ích cho Tây nể mặt.

Và Mẹ ơi! Con học chữ thì giỏi nhưng không giỏi bằng lũ "Tây lai" cứ tưởng mình là "Tây thật" hùa theo lũ con Tây chặn đường nhét từng bụm cát vào miệng học trò người Việt chúng con. Bỏng cả cổ và sặc sụa cả máu mỗi khi tan trường. Chính đó, là tác nhân gây bệnh biến giọng và làm mủ trong cổ họng của con suốt nhiều năm sau này. Nỗi căm phẫn và sự đau xót trong con, Mẹ hiểu như đã hiểu vì sao Cha và Mẹ đã một thời bị đạp xuống đá lên, bị bịt mắt bỏ bao, úp mũ này mũ nọ trên lưng máu chảy ròng như bài thơ *"Im Lặng Sẽ Hóa Điên"* của con.

Thế rồi, Mẹ đã xin cho con vào học lớp Nhất trường Nam Tiểu Học Đà Nẵng, một ngôi trường Việt Nam thân yêu của học trò người Việt. Nơi đó con đã bước những bước đầu đời bằng "Tiên học Lễ hậu học Văn". Con thuộc nằm lòng một câu của cô giáo Thảo ghi hàng tháng trong học bạ năm lớp Nhất của con: "Phương học ít lại để giữ gìn sức khỏe".

Không những thế, Mẹ còn dẫn con lên chùa Vu Lan xin thầy Trụ trì cho con quy y, pháp danh Như Nghi. Và Như Nghi hay Thích Như Nghi là bút hiệu ở một số bài viết của con sau này. Khi được quy y, Mẹ dạy con phải giữ 5 giới: Không sát sinh, không trộm cướp, không tà dâm, không nói dối cùng những lời tà ác, độc hại gây tổn thương người khác, không uống rượu và ma túy.

Thưa Mẹ, cũng chính ngôi chùa này vào thời Trung học, bạn con - Đại đức Thích Như Mãn đã tu học tại đây. Con gọi Thích Như Mãn là Lộc như tên thường gọi trong lớp và ngoài đời. Lộc yêu thơ của con, nhất là bài thơ *"Ai Giã Từ Ai Đây"* đăng trên bán nguyệt san Phổ Thông, con làm năm học đệ lục. Gặp con là Lộc chào con bằng đọc bài thơ này. Con thường lên chùa vào phòng Lộc nghiền ngẫm kinh kệ, nói chuyện thơ văn và ăn chay. Sau năm 1975, con quá đau lòng nghe tin Lộc bị bắt và mất ở đồn Công An.

Thưa Mẹ con mê học. Mê một cách kỳ lạ và học giỏi cả khi lên Trung học và bước vào Đại học. Thời học trường trung học Tây Hồ, Đà Nẵng, con thường được thầy chọn các bài luận của con để đọc trước lớp hoặc cả trường sau khi chào cờ. Nhưng, Mẹ ơi! Con đành dở dang việc học khi đến tuổi vào lính.

Dù nay đã già, tóc đã bạc nhưng mỗi khi đi qua một ngôi trường, con đều bồi hồi, ngẩn ngơ. Nhiều khi nhạt nhòa cả nước mắt như trong bài thơ *"Mẹ Ngủ Ngoan Con Thương"*. Mẹ ơi, con mãi mãi ước ao được đi học. Học để biết xót đau, nghĩ suy trước một quê hương điêu tàn, khốn khổ. Học để biết yêu người, yêu Mẹ.

Yêu Mẹ đến nỗi con nghĩ mình đã thấu hiểu nỗi đau của Mẹ ngay khi con còn là một thai nhi nằm trong bụng Mẹ. Thai nhi đã biết đau theo nỗi đau của Mẹ trong những đêm Mẹ nằm thao thức. Bài thơ *"Mẹ Ngủ Ngoan Con Thương"* càng đọc, con lại càng yêu Mẹ, thấm đẫm tâm can, Mẹ ơi!

2.
REO VUI GIỮA HUYỆT ĐỜI

Thưa Mẹ, theo nhà nghiên cứu phê bình văn học Trần Thanh Mại và người bạn thân của nhà thơ Hàn Mạc Tử là Quách Tấn thì Hàn Mạc Tử sinh thiếu tháng. Con yêu thương nhà thơ này không biết vì ông sinh thiếu tháng như con hay do căn bệnh của ông. Năm 1973, con đã đến thăm và tặng quà cho bệnh nhân tại trại Phung Quy Hòa, Quy Nhơn và ngồi rất lâu bên mộ Hàn Mạc Tử làm bài thơ *"Vào Trại Phung Quy Hòa Làm Thơ Gửi Hàn Mạc Tử"*.

Từ năm 1960 và nhiều năm sau đó, con mất ngủ

triền miên. Mỗi đêm, con phải chồng nhiều chiếc gối lên trán để mong làm dịu đi sự mệt mỏi căng trì cả thân xác. Đau như búa bổ trong đầu kéo xuống tận trán phủ cả đôi mắt. Có hôm con lang thang mỗi mình và hét lớn giữa phố. Nhiều hôm ngồi chót vót mỗi mình trên mái nhà ở Đà Nẵng làm thơ và buồn vô hạn. Mẹ đã đau khổ dường nào khi biết con bị bệnh biến giọng, làm mủ trong cổ họng thông qua cả hai lỗ mũi. Đàm thường chảy theo thức ăn ra đầy miệng. Chữ "mủ" trong các bài thơ: *"Chớ Điên Chớ Bảo Điên, Đắng Và Cay, Reo Vui Giữa Huyệt Đời, Vâng, Một Đời Khổ Lụy, Vào Những Ngày Có Kinh Nguyệt..."* của con những năm ấy là do từ căn bệnh này.

3.
CHUYẾN BAY ĐỊNH MỆNH CÙNG NHỮNG NGÀY CÓ KINH NGUYỆT

Năm 1961, con bị bệnh nặng khi mười lăm tuổi. Mẹ vô cùng lo lắng và đã lặng lẽ cho con vào Sài Gòn ở trọ trên đường Da Bà Bầu, Chợ Lớn, vừa đi học lớp đệ tam trường Trung học Trường Sơn, vừa trị bệnh tại Bệnh viện Bình Dân. Nghỉ hè, Mẹ cho con ra Huế ở nhà người chị họ trên đường Huyền Trân Công Chúa cạnh sông Hương để dưỡng bệnh. Những năm ấy, nhờ anh trai làm ở Sư đoàn 1 Không Quân nên con thường được về thăm Mẹ và gia đình ở Đà Nẵng bằng máy bay quân sự.

Nói đến máy bay quân sự, con chợt nhớ năm 1962 đi cùng anh trai về thăm nhà bằng máy bay C119 hai động cơ. Đang bay, máy bay bị trục trặc, chao đảo và chết một động cơ. Theo lệnh của phi hành đoàn, mọi người trên máy bay phải ngồi yên, lấy căn cước hoặc thẻ có tên mình đeo lên ngực, riêng người thân có thể buộc cùng nhau bằng bất cứ loại dây gì… Cuối cùng máy bay đã đáp xuống được sân bay Đà Nẵng trong sự kinh hoàng, chết đi sống lại của hành khách. Và con trở thành phóng viên của nhật báo Dân Chủ năm 16 tuổi sau khi bài báo được đăng về sự kiện máy bay bị chết máy.

Thưa Mẹ ngoài việc học và chữa bệnh, con thường lén Mẹ làm báo, viết báo, làm thơ, viết văn, in sách ở Sài Gòn lẫn Đà Nẵng. Năm 17 tuổi (1963) học đệ nhất, con chủ trương nhà xuất bản "Rừng", in thi tuyển "Rừng" gồm 14 anh em, năm 19 tuổi (1965) in thi tuyển "Vỡ" gồm 7 anh em. Cũng năm 17 tuổi, con làm chủ bút tạp chí "Sau Lưng Các

Người" và năm 22 tuổi (1968) đang theo học Văn khoa và Luật khoa Sài Gòn chờ vào lính, con làm chủ bút tạp chí "Cùng Khổ". Những năm này con thường lấy đêm làm ngày, thức suốt để học và làm việc.

Thưa Mẹ, con thật giống Mẹ. Buồn bao nhiêu, khổ cực bao nhiêu Mẹ cũng giấu trong lòng. Với ai, Mẹ cũng tươi vui, niềm nở, hòa nhã. Và con, cũng đã che hết nỗi đau của căn bệnh và nỗi buồn với mọi người. Những ngày bệnh nặng con nằm thui thủi ở bệnh viện hay lủi thủi ở công viên, trải hết nỗi đau vào thơ và nhật ký, che hết nỗi chết với mọi người. Bước ra ngoài, quần áo chỉnh tề, cử chỉ linh hoạt, nói năng lễ độ. Đã đến trường để học thì bài vở đầy đủ, chăm học đến cùng. Đã lập nhà xuất bản thì tác phẩm của mình và anh em đều được chọn lọc kỹ, săn sóc cẩn thận từ hình thức đến nội dung. Đã ra tạp chí thì định hướng rõ rệt, xứng đáng là tiếng nói của lớp người trẻ Việt Nam dấn thân.

Mẹ ơi, khi chữa trị ở bệnh viện Bình Dân, Sài Gòn, con nhìn thấy bệnh nhân bị mất mũi, rụng mũi mỗi ngày, con nghĩ đến phận mình và cái chết gần kề. Và, gần kề nhất là những ngày mủ và đàm úa ra từ miệng và mũi nhiều quá. Những ngày đó con gọi là *"Vào Những Ngày Có Kinh Nguyệt"* như tên gọi một bài thơ *mà con đã làm.*

Đến một ngày, bệnh viện Bình Dân mời Mẹ vào ký giấy vì bệnh của con cần giải phẫu. Đến ngày Mẹ từ Đà Nẵng vào Sài Gòn đang làm thủ tục ký giấy thì bác sĩ phụ trách bị ám sát vì lý do chính trị. Ca giải phẫu phải ngưng lại.

4.
TÌNH BẠN DƯỚI ÁNH ĐÈN DẦU

Những năm tháng trọ học và làm báo, in thơ ở đường Da Bà Bầu, Chợ Lớn con quen họa sĩ Phan Ngọc Diên. Anh rất quý tài năng và phong cách làm việc của con. Anh giúp con trong việc trình bày, in ấn tạp chí "Sau Lưng Các Người" do con chủ trương. Đâu dễ gì quên một người anh hiền hòa, nụ cười luôn gắn liền với lời nói như anh. Nhiều đêm, anh chở nhà văn Nguyễn Thị Thụy Vũ, tác giả truyện *"Mèo Đêm"* đến cùng nhau trò chuyện văn nghệ dưới ánh đèn dầu nơi con ở trọ. Thưa Mẹ, *"Mèo Đêm"* cũng là tên một bài thơ con làm để tặng cô Nguyễn Thị Thụy Vũ. Và trưa trưa, anh thường đưa con ra góc đường Lý Thái Tổ - Phan Thanh Giản ăn cơm bình dân cùng nhà thơ Du Tử Lê, họa sĩ Động Đình Hồ...

Động Đình Hồ là họa sĩ mà làm thơ lục bát với ngôn từ và hình ảnh độc đáo, con rất thích. Riêng nhà thơ Du Tử Lê, con và anh có một kỷ niệm khó quên là vào khoảng năm 1971, một hôm anh Du Tử Lê bảo con cho nhà văn Thế Nguyên, chủ nhiệm bán nguyệt san Trình Bày một bài thơ để đăng trong tuyển tập do nguyệt san Trình Bày chủ trương. Con trao bài thơ 5 chữ cho anh Du Tử Lê. Vài hôm sau, anh Du Tử Lê gặp con nói anh Thế Nguyên đề nghị con sửa 2 câu. Con viết: *"Bộ đội ôm mìn cốt / Trên thân xác buồn xo"*, sửa thành: *"Quân đôi ôm mìn cốt / Trên thân xác buồn xo"*. Con không đồng ý sửa và xin không đăng bài thơ này. Không lâu sau, con biết nguyệt san Trình Bày là một tạp chí khuynh tả và nhà văn Thế Nguyên là ai!

Năm 2015 khi định cư tại Mỹ, một hôm trong bữa cơm trưa cùng hai anh Du Tử Lê và họa sĩ Phan Ngọc Diên, con kể lại kỷ niệm xưa cho hai anh nghe. Anh Du Tử Lê cười, vẫn nụ cười thật hiền: "Mình nhớ. Bài thơ thật hay!" Thỉnh thoảng con có gửi thơ đăng trên trang dutule.com của anh và ngày 2 tháng 10 năm 2019 anh có đăng bài viết của nhà thơ Nguyễn Nhã Tiên viết về "Lục bát Phương Tấn", con chưa kịp cám ơn và nhận bài viết về thơ Phương Tấn của anh thì anh đã mất.

5.
LÀM CÔNG QUẢ TẠI CHÙA BÀ ĐEN

Mùa hè năm 1964, con ghi tên học Luật khoa và Văn khoa tại Sài Gòn. Thời gian chờ khai giảng, nhìn thế sự ngẫm tình đời, buồn quá, con đã rủ Hoàng Tư Thiện *(*)*, một người bạn làm thơ mà con rất quý - không những về thơ mà còn về nhân cách - cùng lên chùa Bà Đen dưới chân núi Tây Ninh, cạo đầu làm công quả, tìm hiểu kinh kệ, làm thơ và ăn chay trường. Chùa nghèo nên một ngày được hai bữa ăn, mỗi bữa chỉ vỏn vẹn một tô cháo loảng cùng vỏ chuối, vỏ cam quết nhuyễn với muối hột.

Một hôm ngồi dưới chân tượng Phật giữa tiếng chuông, mõ và kinh, con đã làm bài thơ *"Phủi Tâm Rớt Hạt Bụi Trần"*.

(*) Tác giả tập thơ Trăng Khuyết – NXB Đà Nẵng 2005. Mất ngày 16 tháng 3 năm 2004 tại Đà Nẵng.

6.
DI BÚT CỦA MỘT NGƯỜI CON GÁI

Thưa Mẹ, từ năm 1960 chính quyền miền Bắc phát động phong trào đấu tranh dưới danh xưng "Mặt Trận Dân Tộc Giải Phóng Miền Nam Việt Nam". Ở miền Nam, trong thành phố thì thanh niên, sinh viên, Phật tử biểu tình chống Mỹ, ngoài thành phố thì quân du kích lại kích động nông thôn nổi dậy. Đến năm 1964, đâu đâu cũng thấy bom cài, lựu đạn nổ, người chết.

Mẹ ơi, con lớn lên theo mệnh nước điêu linh. Chiến tranh tràn lan. Thời thế buồn thảm. Xã hội nhiễu nhương. Hoài bão mịt mù. Con xem đời như huyệt mộ và đã *"Reo Vui Giữa Huyệt Đời"*.

Chắc Mẹ còn nhớ những bài thơ của con làm, ký dưới bút hiệu *Thái Thị Yến Phương* và thường ghi dưới mỗi bài thơ đăng báo là *"Di Bút Của Một Người Con Gái"*. Đó là tên tập thơ gồm những bài thơ con làm từ năm 1961 đến năm 1965 - từ mười lăm đến mười chín tuổi, làm tốn biết bao giấy mực của báo chí miền Nam thuở ấy.

Mẹ ơi! Một đêm gần cuối năm 1966 con nằm một mình học bài và đọc sách với cây đèn dầu trên căn gác trọ trống huơ ở con hẻm ngoằn ngoèo đường Da Bà Bầu, quận 6, Chợ Lớn. Mưa và gió rào rào trên mái tôn, lạnh và buồn vô cùng. Giữa đêm hiu hắt đó, bỗng dưng con nghe văng vẳng tiếng của thi sĩ Đinh Hùng nói về thơ và cái chết của *Thái Thị Yến Phương* rồi giọng ngâm của cô Hồ Điệp về thơ *Thái Thị Yến Phương* trong chương trình Tao Đàn phát ra từ radio nhà ai trong hẻm. Con bật dậy chạy vội xuống thang gác, mở cửa nhà trọ làm ông chủ nhà giật mình tỉnh giấc, ngơ ngác...

Con đứng co ro cạnh bờ rào một căn nhà lụp xụp trong hẻm, lắng nghe hết chương trình *"Tưởng niệm Thái Thị Yến Phương"*. Con lạnh run. Mình mẩy ướt đẫm nước mưa và cả nước mắt. Ngay đêm đó, con lên cơn sốt và bị cảm suốt tuần.

"Di Bút Của Một Người Con Gái" là tên một tập thơ gồm 16 bài thơ của con ký dưới bút hiệu *Thái Thị Yến Phương* trên các báo Tiểu Thuyết Tuần San, Tinh Hoa và một số nhật báo, tuần báo, tạp chí ở miền Nam trong bối cảnh một đất nước chiến tranh triền miên, quân nước ngoài đổ vào tham chiến, xã hội miền Nam tràn lan lính Mỹ, đồng minh và ổ điếm.

Ở Đà Nẵng thời ấy, con có một người bạn lớn tuổi là lính Công Binh thích thơ Phương Tấn. Mỗi lần con từ Sài Gòn về Đà Nẵng, anh thường từ Trại gia binh ra nhà chúng ta để cùng con trò chuyện về văn nghệ. Đến trưa, anh thường dẫn con lên chợ Cồn băng qua đường rầy xe lửa vào một trong các ổ điếm nằm san sát nhau. Anh thổ lộ, trước khi đi anh đã rít một hơi thuốc phiện, có thế mới "phê" để kéo dài "cuộc chơi". Còn con, anh bảo anh đã "hư" nhưng con không được "hư" như anh, đến đó chỉ được "nhìn" tìm cảm hứng và lấy "tư liệu" làm thơ viết báo. Nếu đồng ý thì anh cho đi. Dĩ nhiên, con đồng ý. Những năm đó con 14 - 15 - 16 tuổi, đã có nhiều bài thơ và phóng sự xã hội trên các báo Phổ Thông, Thời Nay, Quật Khởi, Cấp Tiến, Dân Chủ, Lập Trường, Sức Mạnh... Tuy tuổi còn nhỏ, con lại quan tâm nhiều đến thế sự, xã hội, và đất nước trong chiến tranh Nam Bắc cùng sự có mặt của lính Mỹ và đồng minh ở miền Nam.

Trước thực trạng các ổ điếm, phụ nữ làm điếm và đàn ông Việt Nam và nước ngoài "chơi điếm" tràn lan - con đã viết một phóng sự nhiều kỳ đăng trên nhật báo Dân Chủ của nhà báo Nguyễn Thạch Kiên, đồng thời xâu chuỗi những mảnh đời bất hạnh cùng cực trong tình yêu, trong đời sống của chị em làm điếm, viết nên một số bài thơ bộc lộ tâm trạng khổ đau của họ dưới bút hiệu *Thái Thị Yến Phương*. Thơ *Thái Thị Yến Phương*, con làm rất ít nhưng không ngờ sau khi bài thơ đầu tiên mang tên *"Dâng Hiến"* đăng trên Tiểu Thuyết Tuần San đã dấy lên tiếng vang và nổ ra bút chiến trên nhật báo Tự Do và một số báo khác ở miền Nam.

Nhật báo Tự Do đã đi nhiều kỳ của nhiều tác giả trên mục "Nói Hay Đừng" do Hà Tiên Sinh tức nhà báo Hà Thượng Nhân phụ trách. Các bài báo đả kích kịch liệt cũng như bênh vực hết mức thơ *Thái Thị Yến Phương*. Một vài chủ báo và nhà báo từ Sài Gòn, rồi một số anh em văn nghệ nhiều nơi ra tận Đà Nẵng tìm *Thái Thị Yến Phương*. Thái là họ của mẹ, Yến là tên một người con gái yêu thơ con, Phương là tên thật của con. Thời gian đó con thường lúng túng khi có ai tìm hiểu, hỏi han về *Thái Thị Yến Phương*. Sau bài thơ *"Dâng Hiến"*, con viết thêm 15 bài trong khoảng 5 năm (1961-1965): *"Bài Ca Truy Điệu, Làm Thân Vũ Nữ, Bán Thân Cho Người, Tỏ Tình, Còn Đêm Còn Mộng, Ở Lại, Người Đàn Ông Đi Vào, Người Con Gái Giữa Biển, Ngồi Bên Cầu Đợi Bóng Câu, Hoa Đã Tàn Đêm Cũng Tàn Canh, Và Khi Em Nói, Mẹ và Con, Gối Đầu Trên Sóng, Lời*

Cuối, Vó Ngựa Đường Ma.

Vào giữa năm 1966, nhiều ngày con đã tự hỏi *Thái Thị Yến Phương* là ai mà thấm đẫm cả tâm hồn lẫn thể xác của con. *Thái Thị Yến Phương* là ai mà con thương yêu đến thế. Con vẫn thường đọc lại những bài thơ ký tên *Thái Thị Yến Phương*. Khi đọc lại, con không hề nghĩ những bài thơ ấy là của con mà của *Thái Thị Yến Phương* - một cô "gái điếm" tài hoa bạc phận mà con thương yêu. Trong cơn mơ của tuổi mới lớn, con mơ một ngày trong đời, con sẽ tổ chức "Ngày hội của Chị và Em" và xây nên những căn nhà mới, lập nên cuộc sống mới dành cho "Chị và Em" và chỉ có những phụ nữ ấy mới "đúng tầm" vào những căn nhà ấy của con. Nhưng, con nào được yên. Khi không tìm được *Thái Thị Yến Phương* ngoài đời, nhiều người cứ muốn vén mở bí mật về *Thái Thị Yến Phương* từ con. Ngay trong gia đình, họ hàng ngoài Mẹ thấu hiểu, còn lại cũng nhìn con hơi khác.

Con suy nghĩ nhiều ngày và quyết định viết một thư ngắn gửi các báo có đăng thơ *Thái Thị Yến Phương*, trong đó có nhà thơ Nguyễn Lệ Tuân - bạn rất thân của con và cũng là một người rất yêu thơ *Thái Thị Yến Phương* - báo tin là Phương đã chết ở Nhà Thương Thí Đà Nẵng (*) với mong muốn *Thái*

Thị Yến Phương sớm được khép lại cả thơ và người. Và chỉ có thế, con mới giữ được một *Thái Thị Yến Phương* cho riêng mình.

Một số tờ báo, chương trình Tao Đàn và biết bao người yêu thơ *Thái Thị Yến Phương* khi hay tin Phương chết đã bàng hoàng viết tin, viết bài thương tiếc cho "một tài hoa bạc phận".

50 năm sau, vào tháng 5 năm 2015 con lập một Facebook nhằm giới thiệu Thơ Phương Tấn. Ngay khi bài thơ *"Ở Huế Nhớ Phương"* vừa post lên Facebook, nhà thơ Phạm Ngọc Lư đã viết một cảm nhận: *"Ôi, một thời lãng mạn vàng son đã tuyệt tích, may còn những bài thơ như thế này lưu dấu - Thơ Thái Thị Yến Phương, bút danh của Phương Tấn thời đó"*. Con lại nhớ trên tạp chí Non Nước số Xuân Kỷ Sửu 2009, tác giả bài "Viết Từ Đà Nẵng" đã cho *"Thái Thị Yến Phương là con gái của thi sĩ Thái Can"*. Lần thứ hai sau đúng 50 năm, con lại suy nghĩ nhiều ngày và quyết định, lần này con không phải viết một thư ngắn gửi đi các báo... trái lại, con gom 16 bài thơ và một số bài viết về *Thái Thị Yến Phương* chuyển cho nhà xuất bản Nhân Ảnh (hải ngoại) in và ra mắt bạn đọc năm 2017. Những bài viết về

(*) Bệnh viện miễn phí cho người nghèo trước 1975.

Thái Thị Yến Phương rải rác đâu đó trên các báo còn nhiều, con không giữ được, trong đó tiếc nhất là bài nói chuyện của thi sĩ Đinh Hùng về thơ *Thái Thị Yến Phương* trong chương trình Tao Đàn.

Thưa Mẹ, *"Di Bút Của Một Người Con Gái"* - tập thơ chỉ vỏn vẹn 16 bài thơ. Nếu nói thơ của *Thái Thị Yến Phương* cũng đúng, thơ của Phương Tấn cũng đúng, hay thơ của *Thái Thị Yến Phương* và Phương Tấn đều đúng.

7.
LUNG LINH TÌNH ĐẦU

Thưa Mẹ, chắc Mẹ không quên, từ thời con còn học lớp đệ ngũ, đệ tứ trung học; mỗi sáng Mẹ thường quét sân trước nhà, y như rằng thế nào cũng nhặt được một hai lá thư nằm đâu đó trong sân. Có hôm, con vừa ra cửa đã thấy bóng người ném thư vào sân. Nặc danh có, đề tên có. Tất cả là thư của các cô gái tỏ tình với con. Có cô cứ đạp xe theo con trong những ngày con đi săn tin viết bài cho các báo ở Sài Gòn.

Lúc ấy tuy nhỏ tuổi, nhưng thơ của con đăng nhiều trên các tạp chí dành cho tuổi mới lớn như Tuổi

Xanh, Tuổi Hoa, Tuổi Ngọc... đến các tạp chí uy tín như Phổ Thông, Bách Khoa, Thời Nay, Mai... cả những tờ báo ở miền Trung như Sức Mạnh, Lập Trường... được đông đảo bạn đọc miền Nam mến mộ và mua đọc. Thời ấy hình như nhà nhà đọc báo, người người quý trọng người làm báo, viết văn, làm thơ. Con được nhiều người biết tên, nhớ tên và yêu mến. Năm 1962 mới 16 tuổi, đã được tạp chí Phổ Thông của nhà báo kỳ cựu Nguyễn Vỹ đăng thơ lẫn chân dung cùng giới thiệu trân trọng Phương Tấn bên cạnh các nhà thơ, nhà văn, nhà báo nhiều tuổi, nổi tiếng cả trong lẫn ngoài nước. Các cô gái đất Quảng lại càng để tâm và yêu thương con nhiều hơn.

Thư các cô gái gửi cho con mỗi lúc một nhiều, nhiều lắm, kéo dài đến khi con vào lính, đi dạy và cả sau 1975. Con rất quý, xếp cất trong một hộp lớn bìa cứng làm kỷ niệm. Đến bây giờ con vẫn còn giữ được một số những lá thư ngọt ngào thời trẻ ấy. Tình yêu của con thuở ấy trong sáng, dễ thương, dễ hờn, dễ nhớ và rất dễ làm thơ.

Viết cho con nhiều thơ nhất và con yêu nhất là Lai Nghi. Lai Nghi là con của một gia đình nông dân ở Quảng Nam. Lai Nghi làm việc tại Sài Gòn. Những ngày đầu sau 30-4-1975, một hôm trên cùng chuyến xe đò từ Đà Nẵng vào lại Sài Gòn con ngồi cạnh Lai Nghi. Chúng con đã chuyện trò. Càng chuyện trò, chúng con càng hợp ý nhau. Sau gần một năm, chúng con lấy nhau. Hôn lễ được cử hành tại nhà của Mẹ ở Đà Nẵng và quê của Lai Nghi ở Điện Bàn năm 1976. Con nhớ năm ấy, chính quyền ở Điện Bàn cấm chụp hình.

Mẹ ơi cũng vì khốn khó, năm 1983 nàng đã mất cùng đứa con trong bụng khi bị văng xuống đường trong một chuyến xe khách chở ít than ít củi ở Long Khánh đem về bán lại ở ngã Bảy mỗi tối để lấy tiền sinh con, vỏn vẹn chỉ còn một hai ngày nữa. Các bài thơ: *"Bên Dòng Sông Chiêm Bao, Buồn Như Trăng Nhớ Ai, Đùa Giữa Vườn U Minh, Thắp Hương 100 Ngày, Trời Mưa Ở Xuân Lộc, Biển Đời Vô Tâm, Một Buổi Sáng Trở Lại Ngã Ba Tân Phong, Một Vì Sao..."* con đã làm trong sự cùng khổ và nhớ thương của con. Và mới đây nhớ Lai Nghi quá, nhìn di ảnh đặt trước mặt nơi bàn làm việc, con đã làm một số bài thơ hòa cùng nước mắt. Thơ, hay tự sự của một hành giả đã chứng ngộ sau nỗi đau xé ruột trong cõi vô thường: *"Lật Trang Kinh. Tụng Chữ Tình, Chuyện Ngày Xửa Ngày Xưa, Ngó Tâm Thấy Phật Chắt Chiu Cội tình, Chuyện Đời Xưa - Cô Tiên Và Chàng Thi Sĩ..."*

Thưa Mẹ, tình yêu của con từ đó khép lại.

8.
HOA HỒNG TRẮNG

Khi Lai Nghi mất, con đang làm Phó chủ nhiệm ở Hợp Tác Xã Xe Khách Việt Thắng. Ngày ngày con thường thẩn thờ đứng ở lầu 1 của Hợp Tác Xã nhìn xuống bến xe Chợ Lớn - nơi mà Lai Nghi thường theo xe khách mua ít củi, ít than tận Long Khánh về bán lại cho chủ vựa mỗi tối ở Ngã Bảy để kiếm tiền sinh con.

Trong Hợp Tác Xã Xe Khách Việt Thắng lúc ấy có một nhân viên bộ phận điều hành tên Thanh Xuân. Cô là con của một thương gia, chủ một khách sạn lớn trước 1975 tại Đà Nẵng. Trong chiến dịch đánh tư sản, khách sạn của cha cô bị tịch thu.

Cả gia đình của cô phải xuống tận Đức Hòa, tỉnh Long An sinh sống. Cô được nhận vào làm việc tại Hợp Tác Xã. Cô thường thay hoa và cắm hoa trong phòng làm việc của con. Một hôm con thấy cô cắm những hoa hồng trắng trên lọ. Con phân vân hỏi cô sao không cắm những bông hoa như thời gian qua mà lại cắm hoa hồng trắng, xinh quá. Cô cười thật dễ thương, cho biết mỗi loại hoa đều có một ý nghĩa riêng. Riêng hoa hồng cũng có nhiều màu như hồng đen, hồng hồng, hồng xanh, hồng vàng, hồng cam, hồng đỏ... mỗi màu một ý nghĩa. Riêng hồng trắng... Giải thích đến đây, lời nói của cô có vẻ ngượng ngập, run giọng... *"Bày tỏ một tấm lòng trong trắng... với người... mình yêu"*.

Và thưa Mẹ, cứ thế thời gian trôi qua, đến một ngày, con vào phòng làm việc, Thanh Xuân không cầm những hoa hồng màu này, màu nọ mà cầm những cánh hoa hồng đỏ tươi thắm. Rồi một ngày kia, một buổi sáng con vào Hợp Tác Xã làm việc, anh chị em trong Hợp Tác Xã rộn ràng cho biết vừa nhận được thiệp báo tin Lễ Thành Hôn của Thanh Xuân sẽ tổ chức vào ngày, tháng, năm tại... Chỉ có thiệp báo tin, không ai nhận được thiệp mời. Con thoáng ngạc nhiên và buồn buồn. Sau ngày cưới của Thanh Xuân như đã ghi trong thiệp báo tin, con được một cô nhân viên Hợp Tác Xã, bạn thân nhất của Thanh Xuân "bí mật" cho biết, Thanh Xuân làm vậy để tránh sự xầm xì giữa Thanh Xuân và con nếu có. Thanh Xuân sợ ảnh hưởng đến con tại Hợp Tác Xã. Qua sự "hy sinh" của cô, con thấu hiểu nỗi lòng và tình yêu thầm lặng của cô dành cho con. Thanh Xuân khá xinh, có năng khiếu viết văn, làm thơ, viết báo, nấu ăn và chữ viết rất đẹp qua những lá thư ngọt ngào cô viết cho con. Năm 1988, sau 5 năm ngày mất của Lai Nghi, con lập gia đình cùng Thanh Xuân.

9.
QUÁCH THỊ TRANG VÀ CON ĐƯỜNG GIẢI PHÓNG DÂN TỘC

Ngày 11 tháng 6 năm 1963, Hòa thượng Thích Quảng Đức tẩm xăng tự thiêu cạnh trường Trung học Trường Sơn ngay góc đường Lê Văn Duyệt, Sài Gòn nơi con đang học. Ngày 15 tháng 8 năm 1963, ni cô Diệu Quang 27 tuổi tự thiêu tại quận Ninh Hòa, Khánh Hòa... Dẫn tới việc xóa bỏ chính quyền Ngô Đình Diệm.

Năm 1963, con học cùng trường ngang lớp nhưng khác ban. Con học đệ nhất C (ban văn chương) còn Quách Thị Trang học đệ nhất B (ban toán). Cô sinh hoạt trong Gia đình Phật tử Minh Tâm pháp danh Diệu Nghiêm. Quách Thị Trang bị trúng đạn trong một cuộc biểu tình trước chợ Bến Thành, mất ngày 25 tháng 8 năm 1964. Sau 1975, chính quyền Cộng Sản miền Bắc công nhận cô là liệt sĩ.

Năm 1965 giữa tình hình rối mù của miền Nam, những lúc này con thường nghĩ đến cái gọi là "Mặt Trận Dân Tộc Giải Phóng Miền Nam Việt Nam" và nghĩ nhiều đến Cha của con - người Cha theo "cách mạng" từ ngày con còn quá nhỏ, đâu nhớ mặt Cha và được âu yếm gọi tên Cha. Mẹ ơi, con viết các bài thơ: *"Cha Và Con, Thư Gửi Cha Bên Kia Sông Bến Hải..."* trong tâm trạng xót đau tột cùng đó.

Thưa Mẹ, con buồn thấm đẫm cả hồn xác cái màu "cờ đỏ sao vàng" suốt bao năm nên đã làm bài thơ *"Hòa Bình, Hòa Bình Đường Xa Lăng Lắc"*. Và, ám ảnh cái thảm cảnh *"Túy Ngọa Sa Trường Quân Mạc Tiếu"* trong bài thơ Lương Châu Từ của Vương Hàn nên con đã lấy câu thơ này làm tựa đề cho một bài thơ của con. Con vẫn thường nghĩ một ngày nào đó, khi nằm xuống con sẽ không còn ai bên mình, một tay con phải tự vuốt mắt mình, tay kia tự vòng lấy tấm lưng đặt xuống cùng cỏ dại... Áo quan là trời cao... khép lại... như trong bài thơ: *"Dạt Bên Đời Chỉ Có Bóng Và Ta"*.

Thời gian này những lúc buồn, con thường đến chùa Giác Minh đường Phan Thanh Giản, Sài Gòn thăm Hòa thượng Thích Đức Nhuận - Chánh thư ký viện Tăng Thống, giáo sư Phân khoa Phật học và Triết học Đông phương Viện Đại học Vạn Hạnh. Thầy rất thương con. Hai thầy trò uống trà, đàm đạo chuyện đời chuyện đạo. Thầy thường dạy con về đạo hạnh. Đã có bi, có trí thì phải có dũng để thấy trách nhiệm của người trí thức trước hiện tình của dân tộc, trước sự khổ đau của đồng bào.

Nay con vẫn còn giữ tác phẩm "Chuyển Hiện Đạo Phật Vào Thời Đại" của thầy ký tặng con trong ngày giỗ tổ Hùng Vương 1967 tại Sài Gòn. Những năm 1983, 1984 thỉnh thoảng con có đến thăm thầy dưới dạng người đi bán nhang đèn cho chùa để tránh sự dòm ngó của công an. Có một ngày, thầy đọc cho con chép vào mảnh giấy nhỏ một thông điệp do thầy viết và bảo học thuộc trong ngày rồi xé bỏ giấy, con đọc mà đau xé cả hồn xác. Nghe lời thầy, con có liên lạc một số Phật tử thân tín của thầy. Không bao lâu, con được tin thầy bị bắt. Năm 1993, thầy ra tù và mất vào đầu năm 2002.

Thưa Mẹ, tội danh "tổ chức chống cách mạng" mà chính quyền Cộng Sản gán cho thầy, con chợt nhớ một đoạn trong bài thuyết trình "Sứ mệnh người Phật tử đối với Dân tộc và Đạo pháp" của thầy tại buổi Hội thảo do Đoàn Sinh viên Phật tử Saigon tổ chức tại Tổng vụ Thanh niên năm 1968 mà con được nghe: *"Trước những đòi hỏi cấp bách của tình thế đất nước, do tinh thần phụng sự dân tộc và đạo pháp quá nhiệt thành của toàn thể Phật tử Việt Nam, giáo hội chúng ta đã phải đứng ra làm một cuộc vận động lịch sử dân tộc hết sức quyết liệt, có nhiều kháng lực nguy hiểm".*

Rồi Mẹ ơi, như bao thanh niên thời loạn khác, đầu năm 1968 con từ giã trường Luật và Văn Khoa Sài Gòn sau 3 năm theo học để vào lính.

Từ giã trường Luật, nơi mà con mơ ước sẽ trở thành luật sư để bào chữa miễn phí cho người nghèo. Cũng tại đây, con đã kết thân cùng anh Trần Triệu Luật. Anh viết báo viết văn, học trên con và là một thành viên trong Ban chấp hành của Tổng hội Sinh viên Sài Gòn nhiệm kỳ 1963-1968. Anh và con thường trao đổi, nhiều khi gay gắt về con đường "giải phóng dân tộc" giữa Quốc Gia và Cộng Sản, lúc thì ở quán nước đường Duy Tân lúc thì ở nhà anh ở đường Da Bà Bầu. Anh nghiêng về chủ nghĩa Cộng Sản.

Anh cũng như một số anh em trí thức trẻ miền Nam thời ấy khẳng định không có một con đường nào "giải phóng dân tộc" ngoài chủ nghĩa Cộng Sản. Anh thổ lộ sẽ thoát ly vào chiến khu trong Tết Mậu Thân. Anh nói năng từ tốn, dễ mến mặc dù con không đồng quan điểm với anh về con đường "giải phóng dân tộc". Chiều 30 Tết năm ấy, con đến nhà thăm anh thì được biết anh đã đi trong ngày 29 Tết. Thương anh cùng nhà thơ Trần Quang Long đã mất sau 10 tháng ở chiến khu Cộng Sản, con đã làm bài thơ *"Con Vật Có Hai Chân"*.

Thưa Mẹ con từ giã trường Văn Khoa, nơi có các anh Nguyễn Vạn Hồng, Bùi Hồng Sĩ, Phạm Quốc Bảo... rất thương con. Các anh vừa là bạn vừa là đàn anh, học trên con, chủ trương nguyệt san Đối Thoại - tiếng nói của sinh viên Đại học Văn Khoa Sài Gòn mà con là thành viên trong ban biên tập.

10.
KHÔNG DỄ ĐƯỢC LÀM BINH NHÌ

Với bằng Tú tài 2 thêm 3 năm học Luật và Văn Khoa, con dễ dàng trở thành sĩ quan ở bất cứ binh chủng nào. Nhưng Mẹ ơi, binh nghiệp không phải con đường của con. Nội chiến càng không phải con đường con chọn. Con cầm súng để bắn ai? Abraham Lincoln, Tổng thống thứ 16 của Hoa Kỳ, lãnh đạo trong cuộc nội chiến Nam Bắc và là một trong ba vị tổng thống vĩ đại nhất nước Mỹ đã nói: "Khi viên đạn xuyên vào một người lính dù thuộc bên nào đi nữa, thực ra nó xuyên vào trái tim người Mẹ. Tại sao lại ăn mừng chiến thắng? Những kẻ thua trận chẳng phải là đồng bào của chúng ta hay sao?"

Do vậy, con không màng tiến thân trong binh nghiệp. Nhưng vào lính là điều bắt buộc mọi thanh niên trong thời chiến. Con muốn làm báo, viết báo, làm thơ, viết văn, dạy học. Cùng lắm là làm phóng viên dù là phóng viên chiến trường để thấy rõ mặt thật của chiến tranh. Giữa năm 1968, con được sự quý mến của Tướng Nguyễn Đức Khánh tư lệnh Sư đoàn I Không Quân và Trung tá Nhân Hậu trưởng Khối Chiến Tranh Chính Trị của Sư đoàn, đồng thời ông là một nhà thơ tác giả tập thơ *"Có Nói Cũng Không Cùng"* - Cả hai là những người thường đọc bài của con trên các báo kể cả nguyệt san Lý Tưởng của binh chủng Không Quân, đều muốn con gia nhập Không Quân để phụ giúp Bản Tin của Sư đoàn.

Con làm đơn tình nguyện gia nhập binh chủng Không Quân, cấp bậc binh nhì. Nhưng thật oái oăm, muốn làm binh nhì Không Quân không phải dễ! Sau khi xét đơn, Ban tuyển quân chuyển con qua Quân trường Nha Trang nơi đào tạo Hạ sĩ quan Không Quân với cấp bậc Trung sĩ. Con nhớ, viên sĩ quan ở Ban tuyển quân biết con, cười nói không muốn làm trung sĩ thì đưa Phương Tấn đi học sĩ quan chứ không cho làm binh nhì mang lon COCC (*).

Từ giã quân trường, con được tuyển vào Khối Chiến Tranh Chính Trị của Sư đoàn 1 Không Quân với hai chữ "BÁO CHÍ - PRESS" được thêu trên túi áo, được giao phụ trách Bản Tin của Sư đoàn 1 Không Quân, không khác một tờ báo. Ở Binh chủng Không Quân thời ấy, không riêng mình con có đủ điều kiện để trở thành sĩ quan mà còn rất nhiều nhà văn, nhà thơ, họa sĩ nổi tiếng, nhiều bằng cấp, tốt nghiệp nước ngoài vẫn gia nhập Không Quân với cấp bậc hạ sĩ quan để dễ "trả nợ" chữ nghĩa và theo đuổi "văn nghiệp" như nhà văn Thế Phong, nhà văn Dương Hùng Cường, nhà văn Nguyễn Thụy Long, họa sĩ Lê Triều Điển, họa sĩ Cao Bá Minh... Hình như binh chủng Không Quân thời ấy rất quý anh em cầm bút, cầm cọ mở cửa đón họ, không nặng về cấp bậc Mẹ à.

Với tư cách là "nhà báo, nhà văn Không Quân Phương Tấn", con thường bay theo các Phi đoàn tác chiến để săn tin, viết bài, làm phóng sự. Con được tự do làm thơ, viết văn, cộng tác một số báo bên ngoài như thời chưa vào lính. Làm báo là năng khiếu bẩm sinh nên con đã hết mình phát triển Bản Tin của

---

(*) COCC: con ông cháu cha.

Sư Đoàn 1 Không Quân. Nguyệt san Lý Tưởng của binh chủng Không Quân vẫn thường lấy bài của con trên Bản Tin đăng lại trên nguyệt san Lý Tưởng.

11.
ĐÊM THƠ PHƯƠNG TẤN TẠI MỸ

Thưa Mẹ đầu năm 1969, Tướng Nguyễn Đức Khánh tư lệnh Sư Đoàn 1 Không Quân và Trung tá Nhân Hậu trưởng Khối Chiến Tranh Chính Trị của Sư đoàn thấu hiểu tâm nguyện và khả năng của con nên đã đồng thuận cho con dự tuyển khóa tuyển sinh du học Mỹ. Con trúng tuyển cả hai kỳ thi Anh ngữ tại Bộ Tư Lệnh Không Quân và Trường Sinh ngữ Quân Đội, được theo học 2 năm ngành Giảng viên Kỹ Thuật Không Quân tại Texas - Sheppard Air Force Base và Ohio - Air Force Base, Hoa Kỳ. Con học chung với các khóa sinh nhiều nước cùng 8 khóa sinh Việt Nam. Các bạn Việt Nam đều giỏi tiếng Anh, đã qua tú tài, có vài bạn đang là sinh viên, con nhà danh giá tại Sài Gòn.

Thưa Mẹ chúng con đi du học, được sống như

những ông trời con ở Mỹ. Suốt 2 năm ngoài việc đào tạo thành tài, còn được chính phủ Mỹ chu toàn mọi sự. Mỗi đầu tháng lên "Foreign Training Office" (văn phòng đào tạo khóa sinh nước ngoài) mở hộp thư cá nhân đã thấy tiền "phụ cấp" học tập hàng tháng, tiền khách sạn, tiền ăn uống (mỗi khi nhà trường tổ chức tour du lịch, tham quan đâu đó), chưa kể nhiều gia đình người Mỹ, các thầy giáo, các nữ sinh thương mến, hâm mộ, nhộn nhịp rước anh em chúng con về nhà hoặc đi chơi mỗi cuối tuần.

Con nhớ năm 1969 học ở Texas - một tiểu bang nóng không chịu nổi thì năm 1970 chuyển qua học và ăn một cái Tết Việt Nam quạnh hiu và lạnh lẽo ở Ohio - một tiểu bang băng giá quanh năm. Ở đây, con đã làm bài thơ *"Mẹ ơi, con không về kịp Tết"* và đã ghi vào nhật ký: *"Ở quê nhà, chắc Mẹ đang niệm hương, các cháu đang sửa soạn quần áo Tết và sắp sửa được khoe tiền lì xì trong những bao giấy đỏ. Một ngày mới trong năm mới lại đến. Ước chi có đôi cánh, con sẽ bay cùng khắp quê hương Việt Nam, đậu xuống trái tim mỗi người, thả những lời chúc mừng đầu năm như người gieo lúa, rắc những hạt giống xanh trong trên cùng khắp ruộng đồng đất Việt. Và hơn hết, con được ôm Mẹ và mừng tuổi Mẹ!"*

Thưa Mẹ, Tết năm 1971, khi trở lại Texas, con được

phép nhà trường cho tổ chức *"Đêm Thơ Phương Tấn"* tại phòng sinh hoạt dành cho khóa sinh nước ngoài (Foreign Training Office) với gần 200 khóa sinh người nước ngoài trong đó có các bạn Việt Nam đã tham dự. Bài thơ *"Mẹ Ơi, Con Không Về Kịp Tết"* cùng bài thơ *"Gõ Đá Mà Chơi"* dành tặng Tướng tư lệnh Nguyễn Đức Khánh và Trung tá Nhân Hậu in trong tập *"Thơ Tình Của Một Thi Sĩ Việt Nam Trên Đất Mỹ"* được con đọc trong *"Đêm Thơ Phương Tấn"*.

Đại úy Khanh đại diện khóa sinh Việt Nam và *"Đêm Thơ Phương Tấn"* đã mở lời bằng những câu chúc Tết rồi giới thiệu con trước toàn thể anh em bằng tiếng Việt và tiếng Anh: *"Tôi rất tự hào và xúc động được giới thiệu anh Phương Tấn không những là một khóa sinh Việt Nam xuất sắc mà còn là một thi sĩ Việt Nam tài hoa. Đêm nay anh sẽ dành cho chúng ta một đêm đọc thơ của anh. Những bài thơ này được viết tại Mỹ. Ngoài số bài viết về quê hương, gia đình, bằng hữu ở quê nhà, số còn lại, anh đã viết những gì sống, thấy và rung động ở Mỹ, trong đó có những mối tình như thơ đã đi qua trong anh. Tất cả được mang tên: "Thơ Tình Của Một Thi Sĩ Việt Nam Trên Đất Mỹ" cho "Đêm Thơ Phương Tấn"*... Đại úy Khanh dứt lời giữa tiếng vỗ tay lâu ơi là lâu, kèm theo những tiếng huýt sáo cổ vũ liên hồi của anh em.

Sau phần đọc thơ, tất cả anh em Việt Nam và nước ngoài đều ào đến xin thơ có chữ ký của con. Gần 200 tập thơ đã không đủ tặng nên đại úy Khanh đề nghị bốc thăm cho những người may mắn. Anh em còn lại, con đành ký tặng những bài thơ in rời. Sau phần ăn nhẹ và qua tiếng đàn, tiếng hát của khóa sinh Việt Nam và nước ngoài dành tặng Phương Tấn, anh em vẫn vây quanh con khen tặng và đề nghị nhà trường khoan tháo gỡ những affiche giới thiệu về *"Đêm Thơ Phương Tấn"*. Tất cả đều muốn giữ lại mà theo họ là một đêm đáng tự hào cho những người đang học và vinh dự cho những người sẽ học tại Sheppard Air Force Base không phân biệt màu da, sắc tộc. Đại úy Khanh khều vai con nói nhỏ: *"Anh em ngưỡng mộ Phương Tấn quá mức. Anh là thần tượng của họ"*.

Thưa mẹ, bác sĩ Bever người chăm lo sức khỏe cho khóa sinh ở Sheppard Air Force Base, đến bắt tay con bày tỏ chân tình: *"Anh là một nghệ sĩ Việt Nam đã làm tôi quá xúc động. Xúc động không do lời nói. Vì với ngôn ngữ Việt Nam trong thơ anh, tôi không hiểu nhưng xúc động do chính điệu bộ và giọng đọc của anh. Anh đã cho tôi hiểu được thơ anh qua sự truyền cảm mãnh liệt đó. Anh là một nghệ sĩ mà tôi tin rằng kẻ điếc cũng phải cảm động khi anh đọc thơ..."*

12.
KHOAI LANG VỎ ĐỎ LÒNG VÀNG

Đầu năm 1971, từ Mỹ về, con được Bộ tư lệnh Không Quân đưa về làm Giảng viên trường Kỹ Thuật Không Quân trực thuộc Bô Tư Lệnh Không Quân tại Biên Hòa. Trường mới cất, những tháng đầu tiên có 2 thầy người Mỹ từng dạy con tại Texas và Ohio làm cố vấn, giúp đỡ những giảng viên người Việt tốt nghiệp tại Mỹ như con trong việc giảng dạy và dịch thuật bài vở. Giờ dạy và dịch thuật ở trường không nhiều, nên con đã ký hợp đồng dạy tiếng Anh theo giờ cho một số trường tư, tự mở lớp dạy tiếng Anh ban đêm, và dạy tiếng Anh miễn phí cho người nghèo hiếu học do Phong trào Hướng Đạo, Du ca Biên Hòa và Anh Em Người Trẻ Việt Nam tổ chức tại Biên Hòa.

Thưa Mẹ, thật may mắn, con được một khóa sinh tên Bay, mời về ở cùng gia đình. Nhà của Bay nằm sâu hun hút trong ruộng. Gia đình có cha mẹ Bay, chị Hai, chị Chuyền, cháu Phụng, cháu Lan và Bay. Bay là em trai út của chị Hai, chị Chuyền và là cậu của hai cháu Phụng, Lan. Cả nhà đều thương yêu con Mẹ ạ!

Ngôi nhà khá rộng, bao bọc bằng một khu vườn với nhiều loại cây ăn trái, có cả những con mương đâu đó trong vườn mà hai cháu Phụng, Lan thường đặt rò bắt cá. Từ nhà, nhìn ra bốn phía là ruộng với những con trâu và đường đất hẹp ngoằn ngoèo, chân chất và thơ mộng. Ở vùng đó, đêm đêm vẫn còn thắp đèn dầu. Nhưng thưa Mẹ, được sống nơi ấy qua nhiều năm, con chẳng hề thấy tâm trí mình tăm tối. Có lẽ cha mẹ Bay, chị Hai, chị Chuyền, bé Phụng, bé Lan và cả Bay đã dạy con nên người qua ánh sáng tỏa ra từ những trái tim nhân hậu và lễ giáo của họ. *"Khoai Lang Vỏ Đỏ Lòng Vàng"* là một bài thơ chân chất, mộc mạc mà con đã làm và rất yêu như đã yêu họ.

13.
KHI VIÊN ĐẠN XUYÊN QUA MỘT NGƯỜI LÍNH...

Năm 1971, Xuân em trai của con trong một cuộc hành quân bị đạn ghim vào chân trái, không về được trong lễ thành hôn của em mà hai họ đã định ngày tại Đà Nẵng. Chàng rể vắng mặt, lễ cưới vẫn tiến hành. Hai họ vẫn rộn rã chúc mừng. Cô dâu ngoài mặt giả cười vui mà lòng đau như cắt. Riêng con, về muộn một ngày sau tiệc cưới. Hôn lễ vừa xong, em dâu đã vội vã từ Đà Nẵng vào Nha Trang nuôi chồng ròng rã nhiều tháng ở Quân y viện. Và, con thì lủi thủi trở về ngôi trường đang dạy, ngồi viết... *"Thư Cho Em Trai Ở Quân Y Viện Nguyễn Huệ, Nha Trang"*.

Mẹ ơi, con vẫn còn dùng thuốc và bệnh mũi của con có thuyên giảm sau 2 năm ở Mỹ, nhưng buồn vẫn buồn. Sau nhiều năm chữa trị ở bệnh viện Bình Dân, Sài Gòn, con thấu cảm nỗi đau của người bệnh, do vậy con thường vào thăm một số bệnh viện, tặng quà và an ủi các bệnh nhân nghèo, neo đơn. Năm 1972, con vào thăm Dưỡng Trí Viện Biên Hòa và làm bài thơ *"Bước Ra Từ Nhà Thương Điên Biên Hòa"*. Năm 1973, con vào thăm Trại Phung Quy Hòa, Quy Nhơn, ngồi bên mộ Hàn Mạc Tử thật lâu, làm bài thơ *"Vào Trại Phung Quy Hòa Làm Thơ Gửi Hàn Mạc Tử"*.

Thưa Mẹ, chuỗi ngày trong năm 1972 là chuỗi ngày ác liệt nhất của chiến tranh Việt Nam mà người Việt thường gọi là "Mùa hè đỏ lửa" dẫn đến việc ký kết Hiệp định Paris vào ngày 27 tháng 1 năm 1973. Mỗi ngày vào lớp, học trò của con là những khóa sinh Không Quân thường hỏi con những câu hỏi buồn về cuộc nội chiến Nam Bắc, về Nga Tàu, về Mỹ về đồng minh, về ai thắng ai thua trong chiến tranh Việt Nam. Những lúc đó con thường im lặng lắng nghe, và khi mỗi mình về lại phòng riêng, con chỉ biết *"Chuyện Trò Cùng Anh Kiến, Chị Dơi Và Chú Muỗi"* để nghe đời *"Nở Rộ Những Chiêm Bao"*. Con ám ảnh câu nói của Tổng thống thứ 16 của Hoa Kỳ Abraham Lincoln: *"Khi viên đạn xuyên vào một người lính dù thuộc bên nào đi nữa, thực ra nó xuyên vào trái tim người Mẹ"*.

Sau Hiệp định Paris 1973, chiến trường miền Nam càng khốc liệt. Ngoài các trận đánh lớn, mỗi sáng ra đồng ra ruộng, đi sâu vào các vùng nông thôn mới thấy hết nỗi khốn cùng của người dân quê. Miền Bắc xua quân lấn chiếm đất đai miền Nam. Miền Nam từng ngày từng đêm tái chiếm ấp, xã, vùng bị mất. Người bên này kẻ bên kia nằm chết la liệt. Cờ bên này cờ bên kia thi nhau cắm xuống đất. Hai bên còn tranh nhau vẽ cờ lên cả tường nhà, mái tôn, đình chợ, quán xá...

Một đêm con theo các bạn, ngủ lại ở huyện Đại Lộc, tỉnh Quảng Nam. Sáng ra, thấy một xác chết được quấn chiếu nằm đầu chợ. Người bạn nói: *"Mở chiếu ra xem, kẻ thù đó"*. Con vén đầu chiếu, bỗng kêu lên cùng nước mắt ràn rụa: *"Ô đâu phải người lạ, đâu phải kẻ thù, đó là người Việt Nam!"* Bài thơ *"Thương Cây Nhớ Cội"* của con được viết trong hoàn cảnh đau thương ấy!

14.
3 TẠP CHÍ SAU LƯNG CÁC NGƯỜI, CÙNG KHỔ & NGÔN NGỮ VỚI SẮC LUẬT 007

1. SAU LƯNG CÁC NGƯỜI - 1963

Thưa Mẹ, tạp chí "Sau Lưng Các Người" là một tạp chí con thực hiện tại Sài Gòn năm 1963, lúc đang học lớp đệ nhất trường Trung học Trường Sơn, Sài Gòn. Tòa soạn và Trị sự con ghi "Lưu động tại Việt Nam". Tạp chí do anh Nguyễn Lê Cang một sinh viên Luật, yêu mến con làm Chủ nhiệm và giúp tiền in ấn. Con làm Chủ bút lo bài vở, nội dung. Họa sĩ Phan Ngọc Diên phụ trách trình bày. Ban biên tập gồm các nhà văn, nhà thơ, nhà báo tiêu biểu thời ấy: Hà Nguyên Thạch, Nguyễn Vạn Hồng, Luân Hoán, Bùi Hồng Sĩ, Nguyễn Kim Phượng, Yến Nguyên Thanh, Phan Trước Viên, Nguyễn Thị

Thụy Vũ, Từ Kế Tường, Hoàng Đình Huy Quang. Mặc Mai Nhân, Nguyễn Phan Duy, Hồ Tịch Tịnh, Phương Tấn… Tạp chí "Sau Lưng Các Người" mỗi số một chủ đề. Chủ đề số 1: Tuổi Trẻ - Chiến Tranh - Người Mỹ; Chủ đề số 2: Thảm Trạng Chiến Tranh Việt Nam; Chủ đề số 3: Khi Người Lính Trở Về?...

Thưa Mẹ, Chủ đề số 1 của tạp chí "Sau Lưng Các Người" với sự bày tỏ chính kiến về Tuổi trẻ - Chiến tranh – Người Mỹ với sự góp mặt của các nhà văn, nhà thơ, nhà báo: Du Tử Lê, Trịnh Khắc Hồng, Cao Thoại Châu, Thành Tôn, Nguyễn Kim Phượng, Luân Hoán, Phan Trước Viên, Hà Nguyên Thạch, Nguyễn Vạn Hồng, Hoàng Đình Huy Quang, Từ Kế Tường, Nguyễn Thị Thụy Vũ, Xuân Thao, Mặc Mai Nhân, Nguyễn Phan Duy, Đoàn Minh Hải, Phương Tấn, ...

Con còn nhớ bài viết thâm trầm của nhà thơ Du Tử Lê mà con rất thích. Anh viết:

"Sau khi nhận lời anh Phương Tấn, tôi băn khoăn, loay hoay vì không biết viết gì? Mặc dù đời sống hôm nay có rất nhiều điều để chúng ta viết, để lên tiếng, để giải tỏa phần nào những dồn nén, áp chế tinh thần, tinh thần đây, tôi muốn nói, không riêng ai, của chung, chung cho cả một thế hệ, cả một dân tộc, trong một không gian

vữa nát. Chưa bao giờ bằng lúc này những điều muốn nói, muốn hét la thì nhiều, nhưng được phép thì hầu như quá ít, hay đúng hơn ta không được phép nói gì cả, trừ một điều cúi đầu, cắn môi, nhận chịu.

Khi người ta đã cấm mình nói những điều mình muốn nói, thì nếu có nói ra cũng bị đục khoét, bôi xóa mà thôi. Do đó, ở đây, hôm nay, tôi muốn nhắc lại một bài thơ của một thi sĩ Nhật, một hôm, tình cờ, anh DC đọc cho tôi nghe. Tôi xin ghi lại theo trí nhớ suy kém của tôi. Bài thơ đó như thế này:

Tôi biết rõ cái dân tộc văn minh đó
Tôi biết rõ cái dân tộc giàu sang đó
Tôi có thể điểm mặt chỉ tên
và gọi đích danh cái dân tộc đó
Cái dân tộc đã tiêu diệt, tàn phá
Đời sống của dân tộc tôi
Tôi có thể chỉ tên hay gọi đích danh chúng nó
Nhưng đâu cần gì phải nói ra
Vì chúng ta ai không biết bọn đó.

Dĩ nhiên bài thơ trên tôi không viết lại đúng được như nguyên bản. Nhưng nó là thế. Là thế đấy. Là thế đấy phải không? Người đọc hàng chữ này, xin đừng nói gì thêm và hỏi lại tại sao? Bởi đâu? Nó là thế đấy. Thế đấy!"

2. CÙNG KHỔ - 1968

Thưa Mẹ, đầu năm 1968 con bùi ngùi chia tay trường Luật và Văn Khoa ở Sài Gòn sau ba năm theo học để về Đà Nẵng. Trong khi chờ ngày vào lính như bao thanh niên miền Nam thời chiến, con thực hiện tạp chí "Cùng Khổ" với tiêu đề "Nguyệt san của lớp người trẻ miền Trung Việt Nam" ra định kỳ hàng tháng. Chủ nhiệm: Đoàn Minh Hải, Chủ bút: Phương Tấn, Thư ký Tòa soạn: Nguyễn Phan Duy, lấy địa chỉ nhà in làm Tòa soạn và Trị sự. Ban biên tập: Nguyễn Vạn Hồng, Luân Hoán, Lê Hùng Sơn, Xuân Thao, Nguyễn Phan Duy, Uyên Hà, Hà Nguyên Thạch, Nguyễn Lệ Tuân, Cung Tích Biền, Đynh Hoàng Sa, Nguyễn Kim Phượng, Từ Kế Tường, Yến Nguyên Thanh, Lữ Thứ, Nguyễn Lê Cang, Đoàn Minh Hải, Đặng Tấn Tới, Lê vĩnh Thọ, Lam Hồ, Hoàng Đình Huy Quang, Huyền Anh, Nguyễn Hoàng Đoan, Phan Ngọc Diên, Nguyễn Đình Cử, Phương Tấn, ...

Một đoạn trong thư Tòa Soạn số 4, chuyên đề Sự Phá Sản Của Đại Học Việt Nam con đã viết khái quát về mục đích của tạp chí: "... *Thân phận mỗi người là một nỗi bi đát. Nếu không tìm được một hy vọng nào để vượt thoát và tin tưởng ở tương lai, chúng ta - trong đó có bộ phận tuổi trẻ sẽ bị thời cuộc dìm chết.*

Cuộc chiến mỗi ngày một khốc liệt. Các cuộc hội đàm thật sự không cho ta một hy vọng nào. Đó chỉ là các cuộc mặc cả để định giá trị những xác chết của dân tộc Việt Nam nhằm thâu đoạt quyền lợi và chứng tỏ hiệu năng của họ trên phần đất này.

Từ ý nghĩa đó, tạp chí "Cùng Khổ" tiếp tục có mặt và vẫn trong ý hướng khơi dẫn tình tự dân tộc và vượt thoát thực tại. Đồng thời cũng mong mỏi sự thông cảm của bạn đọc về những khó khăn của chúng tôi…"

Ngoài việc phát hành tạp chí "Cùng Khổ" con cùng một số bạn trẻ tự đi giao báo, đi bán sách, chung tiền cứu giúp trẻ em đường phố, đồng bào cùng khổ trong thành phố Đà Nẵng.

Thưa Mẹ, tạp chí "Cùng Khổ" số 5 đang in dở dang thì con được giấy báo vào lính. Năm đó con 22 tuổi (1968) để lại bao tiếc nuối cho bạn đọc cả nước, đông đảo lớp trẻ miền Trung và anh em văn nghệ thương mến con.

3. NGÔN NGỮ - 1973

Đầu năm 1973 con đã vào lính và đang làm Giảng viên trường Kỹ Thuật Không Quân trực thuộc Bộ Tư Lệnh Không Quân, đóng tại Biên Hòa thì bạn con - nhà báo Vũ Trường tức nhà thơ Trăng Thệ Hải cho biết đã có giấy phép của Bộ Thông Tin - Sở Phối Hợp Nghệ Thuật cho ra nguyệt san Văn học Nghệ thuật "Ngôn Ngữ" nhưng lại không có 10 triệu đồng ký quỹ theo sắc luật 007-TT-SLU ấn định về quy chế báo chí ban hành ngày 4/8/1972 dành cho tạp chí định kỳ (nhật báo ký quỹ 20 triệu đồng). Bạn con tiếc nuối. Con nói không sao, "Ngôn Ngữ" sẽ hoạt động mà không cần ký quỹ.

Và thưa Mẹ, con đã gặp ngay nhà thơ Nguyễn Lệ Tuân bạn thân của con. Tuân rất vui. Không những chịu tiền in mà còn cho dùng địa chỉ nhà của Tuân ở đường Lê Đại Hành làm tòa soạn. Vũ Trường làm Chủ nhiệm, con làm Chủ bút lo bài vở, nội dung, Tuân phụ trách Trị sự lo tiền in và phát hành. Con lại gặp nhà thơ Nghiêm Vy - chủ nhà in Chính Nguyên giúp việc in và họa sĩ Lưu Nhữ Thụy đảm nhận việc trình bày. Sau cuộc gặp mặt quyết tâm có cả nhà thơ Ngô Nguyên Nghiễm và một số anh em tại nhà Nguyễn Lệ Tuân - chúng con lao vào công việc.

"Ngôn Ngữ" theo Giấy Phép là "Ngôn Ngữ - Tạp chí Văn học Nghệ thuật". Số ra mắt, con thay bằng tiêu đề: "Ngôn Ngữ - Tiếng nói của lớp người trẻ Việt Nam" cùng một cuộc phỏng vấn do con thực hiện với hàng tít đỏ chạy ngay ngoài bìa: "Những người cầm bút miền Nam đã nói gì về luật báo chí 007-TT-SLU ngày 4/8/1972?"

Thưa Mẹ, các nhà văn, nhà thơ, nhà báo, chủ báo có tiếng ở miền Nam thuở ấy hầu hết đã trả lời cuộc phỏng vấn do chính con thực hiện cho tạp chí Ngôn Ngữ như: Ông Lê Ngộ Châu (Chủ nhiệm bán nguyệt san Bách Khoa), ông Vân Sơn Phan Mỹ Trúc (Chủ nhiệm nhật báo Đông Phương), nhà văn Thế Nguyên (Chủ nhiệm bán nguyệt san Trình Bày), nhà văn Mai Thảo (Thay mặt cho các tạp san, tạp chí xuất bản định kỳ), nhà văn Duyên Anh (Chủ nhiệm tuần báo Tuổi Ngọc), ông Hoàng Ngọc Phan (Tổng thư ký tuần báo Tìm Hiểu), ông Lê Phạm Long (Chủ nhiệm nhật báo Tranh Thủ), ông Ngô Đức Mão (Chủ nhiệm nhật báo Tranh Đấu), ông Phạm Quang Nùng (Chủ nhiệm tuần báo Mây Hồng), ông Hoàng Yên Dy (Thư ký tòa soạn nguyệt san Thoát), ông Minh Vồ - Nguyễn Văn Minh (Chủ nhiệm tuần báo trào phúng Con Ong), yêu cầu không nêu tên (Ký giả nhật báo Điện Tín), Ông Sa Mạc (Ký giả nhật báo Quật Cường), nhà thơ Trần Tuấn Kiệt (Nhà báo tự do), ông Tam Lang (Ký giả nhật báo Đuốc Nhà Nam), ông Trần Thế Lý (Tổng thư ký Tổng hội Giáo Giới Việt Nam, chủ bút nguyệt san Giáo Giới), ông Phan Kim Thịnh (Chủ nhiệm bán nguyệt san Văn Học), nhà văn Nhật Tiến (Chủ bút tuần san Thiếu Nhi), Linh mục Thanh Nghị (Chủ bút nguyệt san Đối Diện)...

Cuộc phỏng vấn đã gây chấn động trong làng báo, làng văn và bạn đọc miền Nam. Hầu hết đều cùng một ý - chống lại sắc luật 007-TT-SLU ngày 4/8/1972 về việc bắt báo chí phải ký quỹ theo sắc luật này.

Đáng buồn là nhà báo Vân Sơn Phan Mỹ Trúc (Chủ nhiệm nhật báo Đông Phương) vừa trả lời cuộc phỏng vấn của con không được mấy ngày thì bị bắn chết giữa Sài Gòn.

Thưa Mẹ, "Ngôn Ngữ" mỗi số một chủ đề. Chủ đề số 1: Những Người Cầm Bút Miền Nam Đã Nói Gì Về Luật Báo Chí 007-TT-SLU Ngày 4-8-1972?; Chủ đề số 2: Ngưng Bắn, Bao Giờ, Ở Đâu?; Chủ đề số 3: Các Hội Từ Thiện Ở Việt Nam Làm Gì, Cho Ai?... Ban biên tập: Hoàng Đình Huy Quan, Từ Kế Tường, Lê Văn Trung, Đoàn Huy Giao, Nguyễn Ước, Đynh Hoàng Sa, Nguyễn Phan Duy, Uyên Hà, Nguyễn Đức Bạn, La Tập Văn, Hà Thúc Sinh, Hoàng Tư Thiện, Ngô Nguyên Nghiễm, Nguyễn Lê La Sơn, Xuân Thao, Mang Viên Long, Phạm Cao Hoàng, Nguyễn Bạch Dương, Lâm Hảo Dũng, Nguyễn Lệ Uyên, Đoàn Minh Hải, Lê Hùng

Sơn, Thành Tôn, Tuấn Phương, Hoàng Ngọc Châu, Huỳnh Hữu Võ, Tô Nhược Châu, Nguyễn Thành Xuân, Lâm Chương, Minh Nguyễn, Nghiễm Vy, Vũ Đình Trường, Kim Yến, Phương Tấn...

Bài vở trên tạp chí "Ngôn Ngữ" luôn tập trung các đề tài thiết thực, liên quan đến tuổi trẻ và là diễn đàn của người cầm bút trước cơn lốc của đời sống. Những cây bút quen thuộc trên văn đàn miền Nam thuở ấy luôn có mặt như: Thạch Trung Giả, Thích Đức Nhuận, Cung Tích Biền, Thế Phong, Đynh Hoàng Sa, Lê Hữu Bôi, Trần Hoài Thư, Phan Duy Nhân, Hà Thúc Sinh, Mang Viên Long, Từ Kế Tường, Lê Văn Trung, Minh Nguyễn, Phương Tấn...

*** ĐÁNG NHỚ VỀ SỐ CHUYÊN ĐỀ: TUỔI TRẺ - CHIẾN TRANH - NGƯỜI MỸ**

Có một điều thú vị và đáng nhớ là cả 3 tạp chí "Sau Lưng Các Người", "Cùng Khổ" và "Ngôn Ngữ" đều là 3 tạp chí dấn thân không Cộng Sản, không đảng phái, không phe nhóm, không giấy phép, không đóng tiền ký quỹ, phát hành công khai, ghi rõ trên manchette của tạp chí: "Tiếng Nói Của Lớp Người Trẻ Việt Nam" và phát hành toàn miền Nam trong một thời gian khá dài. Riêng tạp chí

"Sau Lưng Các Người" số chuyên đề "Tuổi Trẻ - Chiến Tranh - Người Mỹ" phải thay đổi đến 6 nhà in trong thành phố Sài Gòn mới hoàn thành một số vì chủ nhà in nào cũng ngại khi đọc bài và từ chối in tiếp.

15.
HÒA BÌNH TA MƠ THẤY EM & 1.095.170 ĐỒNG LÀM CÔNG TÁC XÃ HỘI

Thưa Mẹ, đầu năm 1972 con là tráng sinh Hướng Đạo Biên Hòa, phụ trách nguyệt san "Mối Dây" - tiếng nói của Hướng Đạo Biên Hòa. Cùng lúc, theo lời mời của nhà báo Đỗ Ngọc Yến (Chủ tịch Phong trào Du Ca Việt Nam) - đạo diễn, diễn viên thoại kịch Lê Cung Bắc làm Chủ tịch, con làm Phó Chủ tịch Phong trào Du Ca Biên Hòa phụ trách thêm nguyệt san "Thương Yêu" - tiếng nói của Du Ca Biên Hòa.

Ngoài 2 phong trào Hướng Đạo và Du Ca, con tự thành lập: "Anh Em Người Trẻ Việt Nam - phụng sự văn hóa & xã hội" tại Biên Hòa. "Anh Em Người Trẻ

Việt Nam" có đồng phục, huy hiệu, quy chế và một bản tin hàng tháng. "Anh Em Người Trẻ Việt Nam" thường sinh hoạt chung với Hướng Đạo Biên Hòa cùng Du Ca Biên Hòa vì cả 3 đơn vị đều coi nhau như một đại gia đình. Chúng con thường kết hợp tổ chức các lớp Anh văn miễn phí, giúp đồng bào nghèo đắp đường, bắt cầu, dựng nhà, khám bệnh, cấp thuốc... Cạnh đó, chúng con còn tổ chức cắm trại, sinh hoạt vui chơi, ca hát, hớt tóc, gội đầu, dạy chữ cho các em lang thang, cơ nhỡ.

Thưa Mẹ, Việt Nam năm 1972 là một năm ròng rã chiến tranh. Cuộc nội chiến tương tàn mỗi lúc một ác liệt. Đồng bào miền Trung từ Quảng Trị, Thừa Thiên... ùn ùn chạy vào Đà Nẵng. Các trại tạm cư tràn ngập người tị nạn trong "Mùa hè đỏ lửa".

Mẹ ơi! Với tâm nguyện cứu giúp đồng bào chiến nạn, cấp học bổng toàn niên trung học cho các em nghèo hiếu học, mua đất xây dựng "Trung Tâm Sinh Hoạt Thanh Thiếu Niên Việt Nam" và lập "Làng Cô Nhi Thương Yêu", con chủ trương Nhà xuất bản "Cùng Khổ". Nhà xuất bản "Cùng Khổ" in lần đầu 3 ngàn cuốn *"Hòa Bình Ta Mơ Thấy Em"* - một tập bút ký được con viết trong 2 năm học tại Mỹ, đã đăng nhiều kỳ trên nhật báo Dân

Ta, trừ chi phí còn thu được 328.670 đồng. Với số tiền này, "Anh Em Người Trẻ Việt Nam" trích 202.500 đồng dành tặng 214 gia đình chiến nạn miền Trung thuộc thành phần cùng khổ trong 30 trại tị nạn tại Đà Nẵng. Số tiền 126.170 đồng còn lại dành cấp 18 học bổng toàn niên 1973-1974 cho 18 học sinh nghèo hiếu học từ lớp 6 đến lớp 12 là con em Quân Công thuộc Bộ chỉ huy Kỹ Thuật & Tiếp Vận Không Quân.

Đầu năm 1974, Nhà xuất bản "Cùng Khổ" tái bản thêm 3 ngàn cuốn *"Hòa Bình Ta Mơ Thấy Em"*. Lần phát hành này, con hạn chế mọi chi phí, không biếu tặng, sách không đủ bán, thu được 766.500 đồng. Tổng cộng tiền lời của hai lần phát hành tập bút ký *"Hòa Bình Ta Mơ Thấy Em"* là 1.095.170 đồng (một triệu không trăm chín mươi lăm ngàn một trăm bảy mươi đồng). "Anh Em Người Trẻ Việt Nam" tiếp tục công tác cứu giúp đồng bào chiến nạn trong các trại tị nạn tại Đà Nẵng và Bà Rịa - Vũng Tàu, cấp học bổng toàn niên 1974 -1975 cho các em học sinh nghèo hiếu học từ lớp 6 đến lớp 12 thuộc Bộ chỉ huy Kỹ Thuật &Tiếp Vận Không Quân, Trường Kỹ Thuật Tân Sơn Nhất, Trường Kỹ Thuật Biên Hòa, Sư Đoàn 3 Không Quân, Trường Ngô Quyền (Biên Hòa), Trường Khiết Tâm (Biên Hòa), Trường Trần Thượng Xuyên (Biên Hòa),

Trường Phan Châu Trinh (Biên Hòa), Trường Nguyễn Du (Biên Hòa), Trường Minh Thế (Biên Hòa), Trường Thánh Giá (Biên Hòa), Trường Lê Bảo Tịnh (Sài Gòn). Và đặc biệt là tiến tới mua đất xây dựng "Trung Tâm Sinh Hoạt Thanh Thiếu Niên Việt Nam" và lập "Làng Cô Nhi Thương Yêu".

Thưa Mẹ, cả 2 lần cấp học bổng đều được tổ chức long trọng tại Biên Hòa dưới sự bảo trợ của Thiếu tướng Từ Văn Bê - Chỉ huy trưởng Bộ chỉ huy Kỹ Thuật & Tiếp Vận Không Quân. Phần văn nghệ sinh động với sự tham gia của nhiều đơn vị Không Quân, nhiều trường học, trong đó có cả Đội Văn nghệ Trung ương thuộc Phong trào Du Ca Việt Nam. Đặc biệt, lần tổ chức thứ 2 (1974), Du Ca Biên Hòa và Anh Em Người Trẻ Việt Nam phối hợp trình diễn đặc sắc vở kịch "Sân Khấu" do luật sư Dương Kiền biên kịch, đạo diễn Lê Cung Bắc dàn dựng và hướng dẫn thực hiện.

Theo tâm nguyện của con, trong các em nghèo hiếu học nhận được học bổng toàn niên đó, sẽ có nhiều em đồng cam cộng khổ cùng "Anh Em Người Trẻ Việt Nam" trong các công tác xã hội và chung tay xây dựng "Làng Cô Nhi Thương Yêu". Nhưng việc tiến tới này, buồn thay đã dở dang, gãy đổ bởi sự tàn khốc của cuộc chiến tương tàn.

Không lực Hoa Kỳ không kích miền Bắc không khác trận Điện Biên Phủ trên không đưa đến việc ký kết Hiệp định Paris vào ngày 27 tháng 1 năm 1973 tại Paris nhằm chấm dứt sự hiện diện của Hoa Kỳ về quân sự, và hơn hết là chấm dứt chiến tranh, lập lại "hòa bình" tại Việt Nam. Nhưng "hòa bình" đã không hề lập lại, trái lại đưa miền Nam rơi vào biển máu. Tháng 1 năm 1974, Trung Cộng tấn công chiếm quần đảo Hoàng Sa của Việt Nam. Tiếp đó, một thảm cảnh tàn khốc của cuộc nội chiến suốt ngày đêm. Cuối tháng 10 năm 1974, Quốc Hội Mỹ ngừng viện trợ cho Việt Nam Cộng Hòa. Đầu năm 1975, Việt Nam Cộng Hòa mất dần quyền kiểm soát. Các phần đất miền Nam lần lượt rơi vào tay Cộng quân. Ngày 30 tháng 4 năm 1975, tướng Dương Văn Minh lên đài phát thanh tuyên bố: *"Tôi, tướng Dương Văn Minh ra lệnh cho tất cả binh sĩ hạ vũ khí đầu hàng..."* Ngày 30 tháng Tư năm 1975 cũng là ngày mà người miền Nam gọi đó là "Ngày Quốc Hận" hay "Tháng Tư Đen", còn báo chí phương Tây gọi là "The Fall of Saigon - Sự sụp đổ của Sài Gòn".

Trong chuỗi ngày đen tối, và ngay trong Tháng Tư Đen cận kề ấy, con vẫn mải mê chia sẻ cùng đồng bào chiến nạn trong các trại tị nạn ở Bà Rịa - Vũng Tàu đến đồng bạc bán sách cuối cùng của con. Thưa Mẹ, tận khuya ngày 30 tháng 4 năm 1975, con mới tất tả quay về Sài Gòn.

16.
VÂNG, CON ĐÃ BẬT KHÓC

Thưa Mẹ, sau nhiều năm, nay đọc lại Bản tin của "Anh Em Người Trẻ Việt Nam" về việc cứu giúp đồng bào chiến nạn, cấp học bổng cho các em học sinh trung học nghèo hiếu học cùng một số công việc theo tâm nguyện, con đã bật khóc. Hoài bão và tháng năm sống đẹp của tuổi trẻ miền Nam chúng con đã bị đốt cháy, tiêu hủy theo một cuộc chiến phi lý, tồi tệ.

Làm sao con có thể quên ơn nhà báo kỳ cựu Nguyễn Vỹ ở bán nguyệt san Phổ Thông, tuần báo Thằng Bờm và nhật báo Dân Ta. Chính ông là người đầu tiên trong làng báo miền Nam đã in sâu vào tâm khảm của con qua một câu trả lời của ông trên bán nguyệt san Phổ Thông khi con còn là một cậu bé mới học lớp đệ lục: *"Phương Tấn, Đà Nẵng. Rất tiếc bài em không đăng được. Khen em có chí lớn"*. Chỉ có một câu ngắn gọn nhưng đã làm con run lên vì sung sướng và xúc động. Và sau câu nói này không lâu, bán nguyệt san Phổ Thông in ảnh chân dung và giới thiệu thơ Phương Tấn trên số Xuân 1962 bên cạnh các nhà văn, nhà báo, học giả nổi tiếng trong và ngoài nước. Tiếp đó thơ con thường xuyên xuất hiện trên tạp chí Phổ Thông. Trong hai năm con du học Mỹ, nhà báo Nguyễn Vỹ thường viết thư thăm hỏi và động viên việc học của con, ông thương con lắm Mẹ ơi: *"... Tôi rất mừng được tin Phương du học nước ngoài để sau này về giúp ích cho tổ quốc..."* và ông giao con phụ trách mục "Lá Thư Mỹ Quốc" với bút hiệu Hồ Tịch Tịnh. Rồi bài vở của con lan qua tuần báo Thằng Bờm, nhật báo Dân Ta cũng do nhà báo Nguyễn Vỹ điều hành. Bất ngờ vào ngày 4 tháng 2 năm 1971, khi con sắp kết thúc hai năm học ở Mỹ, con bàng hoàng trong nỗi nhớ thương ông vô hạn vì hay tin ông qua đời do tại nạn xe ở Long An.

Thưa Mẹ, con cũng không quên ơn: Nhà văn Trần Phong Giao ở tạp chí Văn; Nhà thơ, nhà báo Đynh Hoàng Sa ở nhật báo Sóng Thần; Nhà báo Thanh Việt Thanh ở nhật báo Đuốc Nhà Nam; Nhà thơ, nhà văn Từ Kế Tường và Phạm Chu Sa ở tuần báo Tuổi Ngọc; Nhóm phóng viên Đài Phát Thanh Đà

Nẵng; Ban biên tập nguyệt san Thế Hệ Trẻ; Nhóm thực hiện Bản tin Không đoàn 3 Không Quân; Nhóm thực hiện Bản tin Bộ chỉ huy Kỹ Thuật & Tiếp Vận Không Quân... Tất cả đã viết bài, đưa tin, phỏng vấn, chia sẻ chí tình trong mọi công tác xã hội của con từ năm 1972 đến năm 1974. Và con cũng không thể nào quên những lời bày tỏ tràn đầy nghĩa tình của thầy cô các trường, của cha mẹ học sinh được nhận học bổng, của Ban điều hành các trại tị nạn, của đồng bào chiến nạn... Con đã bật khóc khi đọc lại những dòng chữ thấm đậm nghĩa tình chỉ đến và chỉ có một lần. Vâng, chỉ đến và chỉ có một lần trong đời con.

Thưa Mẹ, con cũng xin khắc ghi những người bạn thân yêu chứa chan hoài bão một thời cùng con: Lê Cung Bắc, Hồ Văn Lưu, Nguyễn Tất Nhiên, Đặng Thị Kim Phụng, Lâm Kim On, Nguyễn Văn Kiên, Hoàng Thị Lý, Đinh Thị Lưu, Trần Văn Sĩ, Trần Thuận Văn, Akela Kim Hương, Uyên Hà, Lê Văn Trung, Nguyễn Tấn Xuân, Việt Hà, Hồ Thị Ngọc Biển, Nguyễn Tấn Lập, Nguyễn Phan Duy... Nay còn đâu những người bạn thân yêu của con! Còn đâu những sinh hoạt sống động, ý nghĩa nhân sinh, thấm đậm tình người, tràn đầy lý tưởng và sống đẹp của tuổi trẻ miền Nam thuở ấy! Một số đã mất. Một số đã già. Một số đang sống như điên như khùng, lúc say lúc tỉnh, khi nhớ khi quên... sau cái ngày tang thương ấy!

17.
MANG THEO NHỮNG GIẤC MƠ HÒA BÌNH KHÔNG TƯỞNG

Thưa Mẹ, năm 1974 chiến tranh Việt Nam bùng phát dữ dội. Sau trận hải chiến, ngày 19 tháng 1 quần đảo Hoàng Sa bị Trung Cộng chiếm đóng. Đêm đêm, con nằm nghe pháo kích dội ào ạt xuống phi trường Biên Hòa và tiếng đạn rào rào trên mái tôn ở phòng trọ đến quen tai.

Có một đêm mệt quá con thiếp đi. Trong giấc ngủ, lạ quá con không hề thấy chiến tranh, khổ nạn, tương tàn. Ngược lại, con thấy một giấc mơ hòa bình như Mẹ và con hằng mơ ước bao năm. Một giấc mơ mà ngay đó, khi giật mình dậy giữa cơn mưa pháo kích và tiếng đạn rào rào trong khuya, con cầm bút, chữ tuôn trào ra giấy. Con cứ ngỡ mình đang cầm giấy để hứng thơ. Con cắt thơ làm 2 bài: *"Con Trâu Cười, Ướt Nắng Đứng Trông Xuân"* và *"Chúng Ta Đến Theo*

Mặt Trời Vừa Nở". Hai bài thơ này con đã đọc cho Mẹ nghe ngay trong ngày miền Nam bị mất và hai mẹ con cùng khóc.

Mẹ ơi, hai bài thơ này con cũng muốn gửi đến Hoàng Tư Thiện, Nguyễn Phan Duy, Yến Nguyên Thanh, Lữ Thứ, Nguyễn Dã Thảo, Nguyễn Lệ Tuân, Lê Hữu Bôi và các bạn của con đã sống hết mình vì lý tưởng cho quê hương trong cuộc nội chiến tương tàn, mang theo những giấc mơ hòa bình không tưởng.

18.
NẮNG HẠN

Lần lượt Quảng Trị, Huế, Đà Nẵng, Quảng Ngãi, Qui Nhơn, Nha Trang, Cam Ranh, Phan Thiết, Đồng Nai, Bà Rịa ... hoảng loạn. Đồng bào ùn chạy tứ phương, lan rộng đến Vũng Tàu vào những ngày trong tháng 4/1975.

Thưa Mẹ, nhờ có "Thẻ Báo Chí" và lăn lộn trong máu lửa, cuối tháng 3 và đầu tháng 4/1975 con đã thực hiện được phóng sự: *"Đà Nẵng - Máu, Nước Mắt & Tôi"* và bài tường thuật nóng ngay trong ngày *"Trung Úy Nguyễn Thành Trung - Người Dội Bom Dinh Độc Lập Là Ai?"*. Cả hai bài đều đăng trên nhật báo Độc Lập, thu hút đông đảo người đọc và số lượng báo tăng cao.

Và Mẹ ơi, con ngạc nhiên! Vâng, con thật ngạc nhiên khi chợt thấy truyện ký *"Cánh Én Mùa Xuân"* của nhà văn miền Bắc Hà Bình Nhưỡng đăng trên www.dongnai.org.vn cùng một số báo khác. Theo giới thiệu, truyện ký này đã in thành sách, dựng thành kịch, nhận giải thưởng. Trong truyện ký, ông đã nhắc lại bài báo của con đăng trên nhật báo Độc Lập số ra ngày 10/4/1975 về Trung úy Nguyễn Thành Trung, người dội bom dinh Độc Lập ngày 8 tháng 4 năm 1975.

Thưa Mẹ, trường của con ở Biên Hòa, thầy trò vắng dần, và gần như không còn mấy ai vào cuối tháng 3/1975. Đêm nằm ở phòng trọ sát phi trường Biên Hòa, đạn xé gió kêu vèo vèo suốt đêm trên mái tôn cùng tiếng pháo kích liên tục và dữ dội đau điếng cả thần trí. Gần giữa tháng 4/1975 con quyết định chạy xuống Vũng Tàu, không phải tìm đường vượt biên mà vào các trại tị nạn cứu giúp những người già neo đơn, thương tật đang sống ngắc ngoải từng ngày bằng những đồng bạc cuối cùng con thu được từ tập bút ký *"Hòa Bình Ta Mơ Thấy Em"* của con.

Đến tận khuya ngày 30 tháng 4 năm 1975, con mới tất tả quay về Sài Gòn bằng nhiều cách như đu xe đò, ngồi chót vót trên mui xe tải, và chạy bộ... Khi con chạy bộ băng qua các rừng cao su, lố nhố quanh con ôi người là người, cổ quấn khăn rằn, chân mang dép râu, đầu đội mũ tai bèo.

Đến được Sài Gòn người đầu tiên con nghĩ tới, đó là Mẹ. Chắc Mẹ đang rối cả ruột gan. Rồi con nghĩ mông lung, nghĩ vô định, nghĩ như một kẻ mộng du giữa hàng triệu triệu người đang ồ ạt bỏ chạy khỏi nước. Trong giây phút sống còn, người cuối cùng con nghĩ đến vẫn là Mẹ. Con quyết định ở lại Việt Nam. Nhiều người thân nhìn con ngơ ngác, họ không hiểu tại sao trên đời lại có một người khờ dại và điên khùng như con, Mẹ ơi!

Thưa Mẹ, bóng tối của chiến loạn và oan khiên tràn ngập đêm và ngày "Giải Phóng Miền Nam"! Dòng người di tản dẫm đạp, ùn ùn mà chạy. Chạy về đâu? Nào ai biết! Người và người! Chật kín người cả đường sông đường biển, trên không dưới nước. Hàng hàng lớp lớp con thuyền trôi giạt. Hàng hàng lớp lớp con người đói khát, bệnh tật, bị cướp bóc, bị hãm hiếp, chết trên thuyền, trôi giữa biển... Biển cả thì cứ lạnh lùng đến ghê sợ. Nỗi đau thì cứ bềnh bồng mãi miết như sóng nước tháng tư và *"Nắng Hạn"* chẳng dừng.

Mẹ ơi! Chuỗi ngày đau thương ấy, sự sống của cả người và vạn vật ở một miền đất nước hầu như cạn kiệt, thảm khốc. Rừng trơ xương, sông cạn nước, nắng thiêu rụi nương rẫy, mây cũng tha sương về núi. Con người như những con chim lẻ loi, cô độc không khác một con thuyền quất quay chực chờ mắc cạn khi chưa ra được bể cả, như phận đời của họ gắn chặt với đời sông.

Và, chiếc bóng của con cũng thật nhỏ nhoi, hiu hắt. Bao nhiêu hoài bão, khát vọng cho mình cho đời đã đổ hết vào cõi không. Mẹ ơi! Kẻ thương người nhớ, kẻ trông người chờ, kẻ sống người chết, người bên này kẻ bên kia... tất cả cũng không khác một con thuyền mắc cạn mang theo một nỗi đau bềnh bồng không dứt giữa đời sông và biển đời mênh mông.

19.
ĐỐT GẤP, ĐỐT SẠCH TÀN DƯ ĐỘC HẠI CỦA ĐẾ QUỐC MỸ

Thưa Mẹ, sau năm 1975 thế hệ trẻ miền Nam chúng con ròng rã nhiều năm ngụp lặn giữa khổ nạn trong đất nước mình. Nếu không chết trong đáy vực thì cũng vất va vất vưởng thật não nề. Chính quyền Cộng Sản đánh tư sản, tập trung cải tạo, bắt đi kinh tế mới, dồn nông dân vào hợp tác xã, đổi tiền, mất đảo, chiến tranh biên giới... dồn dập nhiều năm.

Chúng con buồn bã sống trong một chế độ ác nghiệt cùng một xã hội nhiễu nhương, hỗn độn. Con đã thay nghề đổi nghiệp và tập sống theo triết lý "tứ không"- cố không thấy, cố không nghe, cố không nói và cố không làm những điều xấu xa, trái lễ.

Mẹ ơi! Con đã không còn dính dự đến thơ văn, lánh xa các hội đoàn văn nghệ trong nước, vẫn tưởng được yên nhưng nào có yên. Những năm đầu 1975, cha con - người đã bỏ gia đình theo "Cách Mạng Giải Phóng Miền Nam" từng đoạt giải văn học Liên Xô và được thưởng một chiếc đồng hồ đeo tay của Nga, phấn khởi từ miền Bắc vào Nam tìm lại vợ con trong tâm trạng của kẻ thắng cuộc, có công với đất nước.

Và rồi, ông đã quá kinh hoàng trước sự trù phú, sang trọng thật sự của "thiên đàng phồn hoa giả tạo" của miền Nam. Ông kinh ngạc trước hàng triệu người miền Nam bỏ nước trốn chạy "quân cách mạng" dù phải bỏ mạng giữa biển cả. Ông kinh sợ trước tủ sách gia đình đến mấy ngàn cuốn về văn học miền Nam và thế giới như báu vật của con mà "nhà nước cách mạng" quy chụp là loại "Văn hóa Mỹ Ngụy độc hại, lai căng".

Ông đã hối hả đem đốt. Đốt gấp, đốt sạch. Đến bằng cấp, hình ảnh du học Mỹ của con, ông cũng kêu lên: *"Nguy quá, cải tạo rục xương Phương ơi!"* Ông quăng vào lửa đốt luôn. Đốt suốt 3 ngày 2 đêm. Ông sợ nhất những thứ "tàn dư độc hại của đế quốc Mỹ" đó sẽ bị lộ, bị bắt bỏ vào "quan tài văn hóa đồi trụy" được các "thanh niên cách mạng" đến từng nhà khiêng đi, như thế còn gì là "gia đình cách mạng".

Lệnh đốt sách và chôn sống giới nho học của Tần Thủy Hoàng đã di hận muôn đời, thì nay lệnh tịch thu, đốt xé, tiêu hủy văn học miền Nam, văn học thế giới và bắt bớ, hãm hại giới trí thức, anh chị em văn nghệ miền Nam của "Chính quyền Cách mạng" cũng thật tàn độc, ghê sợ.

Cũng chính từ bất đồng về quan điểm "Giải phóng miền Nam" của Cộng Sản Bắc Việt mà con và Cha thường không thuận nhau. Một hôm trong một bữa cơm gia đình, con không dằn được cơn đau buốt từ tâm can nên bất chợt lùa hết mâm cơm xuống đất.

Cha vội vã đứng dậy im lặng bước ra cửa và đi nhanh khỏi nhà. Mẹ buồn bã, nghẹn ngào nhìn theo và nói nhỏ nhẹ với con: *"Con thương Má, hãy chạy theo Ba xin lỗi và đưa Ba về"*.

Con bừng tỉnh, thấy mình không phải đạo với Cha, liền xin lỗi Mẹ và lấy xe gắn máy chạy theo Cha. Con đã gặp Cha trên đường, cúi đầu xin lỗi và đưa Cha trở về nhà. Con chợt nhớ mấy câu thơ trong bài thơ *"Thư Gửi Cha Bên Kia Sông Bến Hải"* của con đã làm năm 1965:

Ơi giải phóng phóng bùa vong bản
Tiêu máu nhân dân đỏ phố đỏ cờ
Chân vô thức bủa quanh đầu cách mạng
Con gõ hồn thân bỗng úa mênh mang.

Thưa Mẹ vẫn chưa yên! Năm 1985 hàng ngàn bài thơ, bài văn, bài báo cùng mấy chục bản thảo dành dụm của con được cất giấu ở văn phòng Hợp Tác Xã Xe Khách Việt Thắng nơi con làm việc, đã bị "người của đảng" nửa đêm cạy tủ, phá ổ khóa vét sạch nộp cho thanh tra cấp trên. Công An thành phố mang tên "Hồ Chí Minh" đã "mời" con suốt nhiều ngày lên tra hỏi bút hiệu và làm thơ thuộc "Đảng phái" nào, "Công ty" nào? Con chỉ biết trả lời: "Nếu tôi làm thơ mà ở đảng phái nào, công ty nào thì cứ theo bộ luật hình sự mà thi hành".

Vì tiếc nuối những tác phẩm, bằng cấp, hình ảnh, sách báo quý hơn mạng sống của mình bị thu giữ, bị đốt sạch - con đã trải qua nhiều năm sống ngơ ngáo, đau buồn, bất an trong một xã hội quá đỗi bất công, tăm tối. Lý tưởng đã bị đâm chết, hoài bão đã bị mài nhẵn và niềm tin sót lại trong con quá mỏng manh, dễ vỡ.

Cũng chuyện đốt sách, năm 2017, con gửi tại kho trường "Đại Học Quốc Tế Hồng Bàng" - nơi con công tác nhiều năm - có chữ ký từ hiệu trưởng đến người phụ trách đến thủ kho hàng ngàn sách quý, tài liệu quý trong 3 thùng carton lớn. Không bao lâu sau, con đến xin nhận lại thì 3 thùng sách của con đã biến mất và không một ai chịu trách nhiệm về chuyện mất mát này! Con lại thêm một thời gian dài thất thần, đau buồn khôn xiết.

Mẹ ơi, tháng 6 năm 1976 sau một ngày lao động cực nhọc ngoài đường, con về nhà nhận được thư của Cha từ Đà Nẵng gửi vào. Trong thư Cha viết:

"Từ ngày con đi đến nay Ba Má không nhận được thư của con làm cho Ba Má lo vô cùng."

Một đoạn Cha viết, con đọc trong nước mắt nhạt nhòa...

"Ba xem nhiều sách, đọc nhiều chữ song Ba chưa học đến chữ ngờ, để biết rằng giữa cha con ta lại có ngày gió mưa thê thảm. Phương con, Ba bây giờ đã già yếu thiếu phần minh mẫn. Con thương Ba chừng nào Ba mừng chừng nấy. Ba nghĩ "Bách nhẫn đường trung hữu thái hòa". Con là người trí thức, Ba không dám nói nhiều, không khéo sẽ mất đi đưa con ngoan của Ba".

Sau đó con nghe Mẹ nói, Cha viết tay, chữ viết rất đẹp 4 câu thơ của con trong bài thơ: "*Thư cho em trai ở Quân Y viện Nguyễn Huệ, Nha Trang*" rồi cho lồng kiếng treo lên tường:

Em cũng biết Mẹ mỗi ngày một yếu
Cha thì đi từ thuở nọ chưa về
Bốn thằng con sống chung cùng manh chiếu
Cùng chút xương người Mẹ róc cho con.

20.
LẶN NGỤP TRONG KHỔ NẠN

Thưa Mẹ, giữa năm 1975, được người quen giới thiệu, con xin Mẹ vào Sài Gòn làm công nhân đếm gạch và xi-măng cho một nhà thầu ở quận Tư, Nhà Bè. Con đưa cả nhà thơ Phạm Thiên Thư, nhà văn Nguyễn Thụy Long vào làm chung. Nhà thầu hết việc, con cùng một anh bạn thuê xe ba gác đạp chở giấy cho nhà in Chính Nguyên của nhà thơ Nghiêm Vy, bạn con ở ngã Bảy Chợ Lớn. Vì giấy nhiều và quá nặng nên anh bạn và con chia nhau, một người gồng lưng đạp thì một người chạy bộ phía sau đẩy xe. Anh bạn con thì không sao, nhưng đến phiên con, cố đạp muốn gãy cả lưng mà chiếc xe vẫn không nhúc nhích. Đôi lúc lăn được bánh nhờ anh bạn đẩy phía sau thì cũng chỉ được hai, ba mét là chiếc xe quẹo cổ cứng ngắt một bên. Những lúc đó, anh bạn thường nhìn con chảy nước mắt. Ngay ngày đầu tiên con đã "mất quyền" đạp xe, chỉ được "ưu tiên" chạy bộ phía sau để đẩy xe trên những con đường nhựa cháy bỏng cả hai chân vì không có dép để mang.

Không bao lâu nguồn giấy hết, ngày ngày con lên tận quận 5, Chợ Lớn thuê một chiếc xích lô đạp chở khách, không dám đạp gần nhà vì mắc cỡ. Một hôm chở được một người đàn bà mập mạp sang trọng, không kì kèo mặc rẻ khi con nói giá. Con mừng, nước mắt trào ra trộn lẫn mồ hôi trong buổi trưa nắng nóng đổ lửa khi nghĩ đến việc cầm được tiền đem về cho gia đình. Bỗng dưng con nghe một tiếng ầm và chiếc xe ủi vào một trụ điện. Người đàn bà bị chúi mũi về trước và ngã xuống đường. Thì ra bà quá nặng so với sức con. Xe không chạy thẳng mà chạy vòng vèo. May cho con, người đàn bà không bị thương. Bà lật đật ngồi dậy ném tờ tiền vào trong xe và đi một mạch. Con lí nhí nói lời xin lỗi và xin không nhận tiền nhưng chắc bà hoảng quá nên "tẩu vi thượng sách".

Bỏ nghề xích lô đạp, quay sang đi bỏ mối sách báo thì bị chủ sạp báo, chủ hiệu sách giựt hết tiền. Một hôm trời giông và gió lớn, con đứng co ro, chờ chực bà chủ sạp báo bên hông đường Nguyễn Du trả chút tiền, bỗng nghe một tiếng ầm như trời giáng, thì ra một nhánh cây cổ thụ từ cao rơi xuống làm sập một phần mái tôn sạp báo, may quá chút xíu nữa con đã bị chấn thương sọ não.

Con nhớ mãi một chuyện thương tâm vào năm 1977. Một đôi vợ chồng hàng xóm có chiếc thuyền nhỏ đánh cá để sinh sống, bị chính quyền Cộng Sản liệt vào thành phần tư sản và tịch thu, họ nhờ con xin lại. Lúc đó bên vợ con có một người bà con gọi bằng cậu đeo lon Trung Tá chính quyền Cộng Sản. Con trình bày sự việc và nhờ ông lấy lại giúp. Ông nói lấy được ngay, hãy đem tiền lót tay đến chồng trước cho ông để ông lo. Hai vợ chồng người hàng xóm hí hửng đem tiền tới chồng cho ông. Nhưng gần 2 tháng trôi qua, ông vẫn im lặng. Một hôm con lại nhà ông, yêu cầu ông trả lại tiền cho người ta. Ông hẹn một tuần, hai vợ chồng chủ thuyền đánh cá hãy đến gặp ông để nhận lại tiền.

Đến ngày hẹn, ông đem một bao tiền trả lại. Hai vợ chồng nhìn vào thấy từng xấp tiền vuông vắn, mừng rỡ cám ơn, ôm "bao tiền" ra về. Một tiếng sau, hai vợ chồng vừa khóc vừa gọi điện cho con biết, mỗi xấp tiền chỉ có hai mặt là tiền còn ở giữa đều là giấy nhật báo được cắt ra. Con đến nhà ông ngay trong đêm đó. Ông cười thật độc ác. Chỉ tay thẳng vào mặt con và nói: *"Nếu mày muốn bênh vực vợ chồng chúng, thì ngày mai nơi Phường mày ở, sẽ nhận được đơn tố cáo mày đang hoạt động trong tổ chức phản động. Về mà lo thân mày đi!"* Con nói: *"Thưa cậu, cháu chưa hề tham gia bất cứ một tổ chức phản động nào!"* Ông nói ngay: *"Họ tin mày hay tin tao? Tao lập lại lần cuối. Về mà lo thân mày đi!"* Ngay đêm đó, trời đất như sụp đổ. Con đạp chiếc xe đạp cũ. Bánh xe nặng trịch không chịu lăn và con đã khóc hết nước mắt trên đường về nhà.

Mỗi ngày nhìn hàng hàng lớp lớp người cùng khổ, hàng hàng lớp lớp thương phế binh chế chế độ cũ cụt tay, mất chân, mù mắt, đói ăn, lê lết trên đường. Những lúc đó con lại nghĩ đến câu nói của nhà văn

Mỹ Helen Keller mà an ủi mình: *"Tôi đã khóc vì không có giày để đi cho đến khi tôi nhìn thấy một người không có chân để đi giày".*

21.
HỢP TÁC XÃ XE KHÁCH VIỆT THẮNG & CHUYỆN NGƯỜI VỢ BỊ VĂNG XUỐNG ĐƯỜNG CÙNG ĐỨA CON TRONG BỤNG

Năm 1977 thật may mắn. Một người bà con bên vợ của em trai có chiếc xe du lịch cũ kỹ hiệu Volkswagen, ông chạy chọt giấy tờ nâng thêm ghế thành xe chở khách rồi xin giấy phép gia nhập Hợp Tác Xã Xe Khách Việt Thắng phục vụ hành khách trên các tuyến đường miền Tây. Ông thuê tài xế và cho con làm phụ xế (lơ xe). Vì đại diện chủ xe nên con được làm xã viên chính thức của Hợp Tác Xã Xe Khách Việt Thắng. Hôm Đại hội Hợp Tác Xã Xe Khách Việt Thắng, anh chị em xã viên hầu hết là người miền Nam lớn tuổi muốn đem xe hơi riêng của họ gia nhập Hợp Tác Xã để che mắt chính quyền, tìm vui qua ngày. Tất cả thấy con còn trẻ lại nhanh nhẹn, có học nên đề nghị đại diện xã viên lên phát biểu. Tất cả ồ ạt vỗ tay. Tất cả như cha chú con. Con cảm động và thấu hiểu họ đang cần một người của họ. Con đứng lên phát biểu. Con không biết mình đã nói gì, chỉ thấy những tràng vỗ tay liên tục và đồng thuận bầu con vào chức Phó Chủ nhiệm phụ trách hành chánh, nhân sự, bầu thêm một bác chuyên môn trong ngành xe làm Phó Chủ nhiệm phụ trách điều hành vận chuyển. Chủ nhiệm là một cán bộ từ trên đưa xuống.

Đã là Phó Chủ nhiệm, có thể con không cần phải theo xe làm phụ xế. Có phòng làm việc riêng, có nhân viên dưới quyền, có lương tháng, có ăn trưa tại Hợp Tác Xã... Nhưng không, con vẫn theo xe khi đến tài chuyến để kiếm thêm thu nhập ngoài đồng lương quá ít, không nuôi nổi một gia đình đông người. Đồng thời cũng để gần gũi, chia sẻ tâm tư, nguyện vọng cùng anh chị em xã viên. Từ phụ xế con đã học lái xe, và lấy được bằng lái trở thành tài xế. Lái xe còn tập tễnh nên có lần con đưa hành khách chạy luôn xuống ruộng. Một lần khác, con suýt bỏ mạng cùng hành khách khi lái chiếc xe chở đầy khách và than củi đổ đèo Long Khánh bị chao nghiêng chỉ còn 3 bánh trong mưa lớn.

Thưa Mẹ, mỗi hành khách đi xe của con đều được

phát mỗi người một tấm giấy cứng có ghi tên tài xế, phụ xế, số xe, tên đơn vị để giúp cho hành khách không bị mất đồ đạc, hàng hóa, tiền bạc khi bỏ quên trên xe. Nhờ vậy mà nhiều người đã nhận lại được đồ đạc, hàng hóa và cả tiền bỏ quên trên xe.

Một tờ báo lớn của thành phố đi săn tin thấy "việc làm độc nhất vô nhị" chưa từng có trong giới xe khách từ Nam chí Bắc, đã viết bài nêu gương tốt việc tốt ngay trang nhất của báo.

Phó Chủ nhiệm một Hợp Tác Xã xe khách chạy miền Tây như con nếu "chịu ăn" trong chuyện mua xe bán xe hàng ngày của xã viên thì "tiền không thiếu" nhưng với con là điều cấm kỵ. Có lần, một người theo xe mua đi bán lại vài nải chuối mỗi ngày đã biếu Lai Nghi - vợ con một nải. Con biết được, liền nói với vợ: *"Mình nhận một nải chuối là thâm hụt tiền gạo của kẻ khốn khổ"*. Vợ con thấu hiểu và lặng lẽ bắt xe xuống tận Cai Lậy tìm người buôn chuối trả lại nải chuối.

Mẹ ơi, mỗi ngày thấy vợ con đói meo, phòng vệ sinh không có cửa, chuột đào hang chạy trong nhà, thiếu tiền học của các con... con quặn thắt và thường khóc một mình ngoài đường. Rồi một ngày cũng vì khốn khó như Mẹ đã biết trong năm 1983, Lai Nghi vợ con đã mất cùng đứa con trong bụng vì bị văng xuống đường trong một chuyến xe khách chở ít than ít củi ở Long Khánh đem về bán lại ở ngã Bảy để lấy tiền sinh con, vỏn vẹn chỉ còn một hai ngày nữa.

Thưa Mẹ, thuở nhỏ có một lần con được Mẹ dắt vào bệnh viện phụ sản Sài Gòn thăm bạn của Mẹ vừa sinh con. Em bé, nhỏ xíu xiu, đỏ hon hỏn nằm khóc oe oe cạnh người mẹ, đáng yêu làm sao!

Lớn lên, con đưa vợ đi sanh. Thấy tất cả những đớn đau, chịu đựng suốt thời gian vợ thụ thai đến khi vật vã sinh con ở bệnh viện, con mới nhận ra được hết nỗi đau và sự hy sinh tột cùng của người Mẹ. Và cũng ngày ấy ngồi một mình dưới hàng hiên của bệnh viện phụ sản, tự dưng con khóc và ước ao *"Một Trang Kinh Viết Lại"* để con được thụ thai, để con được cảm nhận hết tình yêu của Mẹ cho con và qua đó, con mới biết yêu vợ dường nào...

Năm 1984, ông cán bộ Chủ nhiệm Hợp Tác Xã Xe Khách Việt Thắng bị bãi chức và ra Tòa vì tội tham nhũng. Trong đại hội Hợp Tác Xã Xe Khách Việt Thắng, toàn thể xã viên bỏ phiếu 100% bầu con làm Chủ nhiệm.

22.
HỢP TÁC XÃ XE KHÁCH VIỆT THẮNG & NHỮNG CHUYẾN XE PHỤC VỤ ĐỒNG BÀO KHỐN KHỔ HUYỆN CẦN GIỜ

Thưa Mẹ, năm 1985 trong một lần đến thăm đồng bào huyện Cần Giờ, con thật sự muốn khóc khi biết đây là vùng đất chỉ cách trung tâm Sài Gòn 50 km, nhưng với trên 70% là diện tích rừng ngập mặn và sông rạch, chưa hề có đường xe hơi. Và càng muốn khóc, khi biết Cần Giờ với dân số khoảng 40 ngàn dân, cuộc sống vô cùng khốn khổ, đã gánh chịu không biết bao nhiêu tấn bom, đạn và chất độc trút xuống trong chiến tranh. Con đã gặp và trao đổi cùng Ban lãnh đạo Huyện Cần Giờ. Tất cả vui mừng khi nghe con nói sẽ cho xe của Hợp Tác Xã Xe Khách Việt Thắng phục vụ bà con tuyến đường Cần Giờ - Sài Gòn và ngược lại.

Thưa Mẹ vì tuyến đường quá xấu, càng chạy càng hư xe, xăng dầu phải tự mua chợ đen không được phân bổ, thu nhập không có. Và hơn hết, Hợp Tác

Xã Xe Khách Việt Thắng là một Hợp Tác Xã phục vụ các tuyến đường miền Tây không phục vụ tuyến đường Cần Giờ. Mẹ ơi! Con vừa ngày đêm chạy lo giấy phép, vừa vận dụng hết tình cảm với xã viên vừa khuyến khích xe chạy Cần Giờ, xã viên sẽ được tăng chuyến ở kế hoạch A (chạy tuyến chính được cấp xăng). Cuối cùng anh chị em xã viên vì yêu thương con đã thuận lòng "hy sinh" phục vụ đồng bào khốn khổ Cần Giờ.

Với vai trò Chủ nhiệm, con ký quyết định cho việc mua xe bán xe trong Hợp Tác Xã. Bán hay mua được xe, các chủ xe thường "đền ơn" bằng tiền. Con cương quyết từ chối. Có một lần, người chủ xe sau khi bán được xe năn nỉ hoài, con vẫn cám ơn, không nhận tiền thì ngay buổi chiều, người chủ xe theo xe thu tiền đã bị bật dây xích ở bửng xe, té xuống đường và qua đời. Khi thấy tiền "đền ơn nhưng vô chủ" để trên bàn làm việc, con lấy tiền đưa vào quỹ cơm trưa cho anh chị em nhân viên Hợp Tác Xã. Con không hút thuốc, uống bia rượu, nhậu nhẹt và nhận tiền của ai, chỉ biết làm việc và giúp đỡ xã viên nên ai cũng thương và số phiếu tín nhiệm trong các kỳ Đại hội Hợp Tác Xã, con luôn đạt con số 99%.

23.
HỢP TÁC XÃ XE KHÁCH VIỆT THẮNG, RUN SỢ VÀ GIẬT MÌNH CẢ KHI NGỦ

Thưa Mẹ, Đại hội Hợp Tác Xã Xe Khách Việt Thắng năm 1986, ở trên đưa một cán bộ về hưu xuống ứng cử vào Ban Chủ nhiệm. Trước ngày Đại hội, ông cho họp tất cả Đoàn viên Thanh niên Cộng Sản trong Hợp Tác Xã, bố trí mỗi bàn xã viên ngồi là một đoàn viên có nhiệm vụ rỉ tai, mua chuộc xã viên bỏ phiếu cho ông. Đại hội đã "bùng nổ" khi xã viên thay nhau cầm micro "đề cao" tài năng và đạo đức của con - một người trẻ ngoài Đảng nhưng xứng đáng hơn một đảng viên vì suốt bao năm không tham ô, không trai gái, không rượu chè chỉ biết hy sinh, chăm lo cho xã viên và đưa Hợp Tác Xã Xe Khách Việt Thắng luôn là lá cờ đầu trong các Hợp Tác Xã xe khách. Kết quả, số phiếu của Đại hội vẫn dành cho con trên 90%.

Liền đó, ở trên gửi cho con "Đơn kết nạp Đảng" cùng một số thủ tục kê khai, nói là tiến hành kết nạp con vào Đảng. Rất nhiều xã viên chúc mừng con. Riêng con, biết số phận của mình không khác một chiếc xe hơi đang đổ dốc vì đứt thắng. Con đang lao nhanh vào con đường chết. Và con đã thấy mình chết dần từ khi lên làm Chủ nhiệm Hợp Tác Xã Xe Khách Việt Thắng trong việc hàng tháng phải "cống nạp" cho các ông bà trong Ban Chủ nhiệm Liên Hiệp Xã Xe Khách là đơn vị chủ quản trực tiếp của các Hợp Tác Xã Xe Khách, chưa nói đến đơn vị cao hơn Liên Hiệp Xã Xe Khách là Sở Giao Thông Vận Tải Thành Phố. Tiền đâu?

Lấy ở khoảng nào? Không tham ô, không lươn lẹo sổ sách thì không cách nào "cống nạp" cho các ông các bà hàng tháng và các kỳ họp bất thường. Tù tội luôn treo lơ lửng trước mắt. Run sợ và giật mình cả khi ngủ. Muốn làm đối tượng Đảng hay vào Đảng trước hết phải trải qua giai đoạn "thử thách" cam go này. Một anh Chủ nhiệm Hợp Tác Xã Xe Khách Miền Đông vừa được kết nạp Đảng không bao lâu thì vào tù vì tội tham ô (tội nghiệp chỉ vì lấy tiền quỹ của Hợp Tác Xã "cúng" cho cấp trên!). Có vị nào ở Liên Hiệp Xã Xe Khách hay ở Sở Giao Thông Vận Tải đưa tay cứu đâu! Không gì hơn, thưa Mẹ, là làm đơn xin nghỉ việc vì lý do sức khỏe.

Sau khi con nghỉ việc một số nhân viên cũng bị nghỉ việc không phải vì bênh vực con mà vì hết lòng với ông cán bộ trong cuộc bỏ phiếu. Ngay ngày đầu tiên lên làm Chủ nhiệm, ông đã đặt câu hỏi và yêu cầu các nhân viên trả lời: "Ông Phương là người tốt hay xấu. Tôi nghĩ, các anh chị sẽ cho ông là người tốt. Vậy, tốt sao lại bầu cho tôi, trong khi các anh chị chưa hiểu rõ tôi là ai, tốt hay xấu. Như vậy sau này, các anh chị cũng sẽ gạt tôi để bầu cho người khác dù chưa biết họ tốt hay xấu. Các anh chị quá nặng về quyền lợi mà đánh mất nhân phẩm. Nếu còn nhân phẩm thì các anh chị hãy làm đơn xin nghỉ việc!"

24.
PHƯƠNG TẤN
THÁNG NĂM ĐÓI RÁCH
& KHỔ LỤY CÙNG NGHIỆP BÁO

Năm 1986, con rời Hợp Tác Xã Xe Khách Việt Thắng, bỏ làm chủ nhiệm và làm tài xế xe khách. Sau hơn một năm đi bán phụ tùng xe đạp, con không may bị bọn con buôn lừa hết vốn. Con đang định xoay qua đóng thùng gỗ móc sau xe Honda Dame đi bỏ bia, nước ngọt cùng nhà văn Nguyễn Thụy Long thì may thay năm 1988, nhờ có chút tiếng Pháp và tiếng Anh, con xin được một chân phụ trách hành chánh cho một công ty nước ngoài có nhà hàng (restaurant) ở quận I. Họ cho con một số cổ phần và chức danh Phó giám đốc Công Ty.

Năm 1989, nhà thơ Từ Nguyên Thạch bạn con, đang làm việc tại Hội Văn học Nghệ thuật và Nhà xuất bản Tổng hợp Sông Bé mời xuống Sông Bé gặp ông Giám đốc Nguyễn Quốc Nhân để ký hợp đồng nhận thực hiện "sách chuyên đề Phượng Đỏ" xuất bản hàng tháng với tiêu đề "Sống Đẹp – Kiến thức dành cho bạn trẻ".

Con mời Trịnh Công Sơn, Phạm Thiên Thư, Uyên Thao, Vũ Đức Sao Biển, Từ Kế Tường, Nguyễn Kim Phượng, Hoàng Ngọc Tuấn, Họa sĩ Rừng, Đynh Trầm Ca, Hoàng Đình Huy Quang, Lê Thánh Thư, Từ Nguyên Thạch... cộng tác. Số lượng in đến 8 ngàn số mỗi kỳ phát hành. "Sống Đẹp" sống đến ngày ông Nguyễn Quốc Nhân về hưu.

Năm 1990, một hôm con tình cờ gặp nhà văn Uyên Thao vừa mới ra tù cải tạo suốt 10 năm, ngồi bán sách cũ trên đường Đinh Tiên Hoàng. Anh "rủ rê" con làm tập san "Võ Thuật". Anh bảo, con chạy lo duyệt bài và mua giấy phép từng kỳ của nhà xuất bản. Theo anh Uyên Thao, chỉ có mảng võ thuật là mình có thể cầm bút nhưng không hề làm bồi bút lại hướng được người đọc đến con đường võ đạo trong một xã hội quá nhiễu nhương này. Con đồng ý ngay.

Ngày 9 tháng 1 năm 1990 tập san "Nghiên Cứu Võ Thuật" phát hành số đầu tiên. Sau một năm, tập san "Nghiên Cứu Võ Thuật" đổi tên thành "Tìm Hiểu Võ Thuật" vẫn do nhà văn Uyên Thao, Vũ Dzũng và Phương Tấn thực hiện cùng một số cây bút chuyên nghiệp và uy tín trong và ngoài làng võ. "Tìm Hiểu Võ Thuật" là một tập san không những nâng cao kiến thức võ học mà còn chuyên sâu về thực hành cho mọi người yêu võ luyện tập.

Thưa Mẹ, năm 1992, tập san "Nghiên Cứu Võ Thuật" ngưng hoạt động vì nhà văn Uyên Thao định cư tại Hoa Kỳ. Con tập hợp bài vở, thay nhà xuất bản, mua giấy phép từng kỳ, phát hành hàng tháng với tên gọi tập san "Sổ Tay Võ Thuật" do con làm chủ biên.

Mẹ ơi, con rất hăng say làm các tập san võ thuật từ "Tìm Hiểu Võ Thuật, Nghiên Cứu Võ Thuật" với nhà báo Uyên Thao đến những năm đầu tiên của "Sổ Tay Võ Thuật", con luôn xem đó là những tháng năm sống đẹp của con, nhưng đổi lại cũng là những tháng năm đói rách, do vậy con phải lao vào "nghiệp báo" để nuôi gia đình.

Năm 1995, con được nhà thơ Hoàng Đình Huy Quang bạn con, đang là Phó Chủ tịch Hội Văn Học Nghệ Thuật Phú Yên mời thực hiện nguyệt san Văn Nghệ của Hội. Con thêm 2 chữ Đời Sống bên cạnh 2 chữ Văn Nghệ thành "Văn Nghệ & Đời Sống" phát hành mỗi kỳ trên 5 ngàn số. Báo đang phát triển mạnh, nhưng con ngưng cộng tác vì nội bộ của Hội mỗi lúc một kèn cựa, tranh giành quyền lợi.

Năm 1997, con được nhà báo, đạo diễn phim Bích Thủy đại diện tuần báo "Điện Ảnh & Kịch Trường" phía Nam mời vực dậy tờ báo. Tờ báo khởi sắc, in mỗi kỳ trên 10 ngàn số. Cô Bích Thủy rất tốt nhưng con vẫn nghỉ sau một thời gian xây dựng tờ báo với số lượng phát hành khá lớn vì không thích cung cách làm báo của người miền Bắc.

Năm 1999, một hôm, con gặp nhà báo, nhà giáo Cao Huy Vĩnh, tức nhà phê bình văn học nổi tiếng Cao Huy Khanh trước 1975 mà con quý trọng, đang làm Thư ký Tòa soạn báo "Người Lao Động". Anh nói về viết bài với "Người Lao Động" cho vui. Nhờ đó, con có tiền đóng học phí cho con gái lớn. Khổ thay, để có học phí con phải "âm thầm" chở con gái đến gần Tòa soạn đứng chờ. Nhận được nhuận bút là chạy xe ra giao ngay cho con gái. Nếu đem tiền về nhà thì sẽ có ngay bảng kê nợ của gia đình dán sẵn.

Thưa Mẹ, nhiều khi con phải đi bộ hàng chục cây số hoặc hơn để phỏng vấn hoặc tìm hiểu nhân vật để đăng báo, vì không có tiền đổ xăng xe gắn máy, hoặc vì để dành nhuận bút cho gia đình mặc dù thời gian này nhuận bút của con ở các báo khá cao.

Con còn nhớ hôm con đi bộ đến nhà đạo diễn Lý Huỳnh ở tận Chợ Lớn. Anh hỏi: *"Xe Phương Tấn đâu, không thấy?"* Con cười, đáp: *"Hôm nay Phương Tấn nhận nhuận bút nên đi taxi cho khỏe, thưa anh."* Anh cười: *"Phương Tấn sướng nhất trên đời!"* Lý Huỳnh là một nghệ sĩ đôn hậu, con thường lên nhà anh uống trà trò chuyện về võ đạo. Anh đã sốt sắng góp sức cùng con tổ chức lễ vinh danh các lão võ sư miền Nam tại Sài Gòn. Nay, anh Lý Huỳnh và các lão võ sư đều đã qua đời.

Sau một thời gian, con rời báo "Người Lao Động", theo chân nhà báo Cao Huy Vĩnh qua báo "Văn Hóa". Anh làm Thư ký Tòa soạn, con giữ mục "Nói Với Tuổi Hoa" với bút hiệu chị Ngọc Ngà đến khi anh nghỉ việc.

25.

CHUYỆN BI HÀI BƯỚC LÊN TỪ VÕ

Thưa Mẹ, con nhớ lại vào năm 1969, dù đang du học tại Mỹ, con vẫn được nhà báo Vũ Trường tức nhà thơ Trăng Thệ Hải bạn thân của con, lúc ấy đang làm chủ nhiệm bán nguyệt san "Võ Thuật" cấp thẻ nhà báo, mời làm đặc phái viên miền Trung.

Chuyện võ nghệ của con thật bi hài, thưa Mẹ. Thời trung học thích võ, con ghi danh học võ Bình Định và Thiếu Lâm ở lò võ thầy Sáu đường Hoàng Diệu, Đà Nẵng. Đêm đêm con thường "luyện" một trong hai bài quyền mà con thích nhất là "Lão Mai" của Bình Định hay "Hình Ý Quyền" của Thiếu Lâm trước sân nhà, mãi đến khi cô bé hàng xóm tên Hoa xinh như hoa, có nụ cười như nàng Mona Lisa của họa sĩ Leonardo da Vinci của Ý, thức dậy từ bên kia hàng rào nhìn qua con mới chịu thôi "luyện".

Một hôm, thầy Sáu ngưng dạy gọi con đến "khen" trước lớp. Thầy nói, con múa giỏi không chỉ một ngày mà trong suốt hai năm học võ với thầy. Thầy ngưng nói. Mặt con vênh vênh có vẻ tự hào. Thầy nói tiếp, mà võ thì không múa. Thầy bảo con nghỉ học múa với thầy vì thầy không biết múa. Thầy khuyên con nên ghi danh theo học ngay trường múa của thành phố để sớm thành vũ công. Con tiu nghỉu đi về. Từ ngày ấy, con "xấu hổ" bỏ luyện võ trước sân nhà mỗi đêm để chờ cô bé hàng xóm có nụ cười như nàng Mona Lisa thức dậy mỗi rạng sáng từ bên kia hàng rào nhìn qua...

Sau môn võ Bình Định và Thiếu Lâm, con ấm a ấm ức quyết không bỏ cuộc. Khi vào lính làm Giảng viên Trường Kỹ Thuật thuộc Bộ Tư Lệnh Không Quân tại Biên Hòa, con theo học Taekwondo cũng hơn một năm. Trong một lần tập đá bay, con bị trật gân hông, đắp thuốc và đi cà vẹo, chịu đau mấy tháng.

Đau thì đau, nhưng tâm trí con vẫn còn mơ màng về võ nên con kiếm cuốn "Lịch Sử Việt Nam" của Nhà nghiên cứu sử học Trần Trọng Kim đọc cho khuây khỏa. Nhờ đó con nhận ra rằng "Võ Việt" là một môn võ chiến đấu tuyệt vời mà cha ông đã sử dụng suốt 4 ngàn năm dựng nước và giữ nước. Từ cuốn lịch sử này, con tìm hiểu sâu về các môn võ thuộc các vùng miền trong nước cùng các môn võ nước ngoài đang thịnh hành tại Việt Nam và thế giới qua các tạp chí Karaté Bushido, Matial Arts Magazine, Black Belt Magazine, Kung Fu Tai Chi Magazine...

Mấy mươi năm trước có lẽ nhà báo Vũ Trường sớm

nhận ra con có "thiên phú" về võ nên mời con làm đặc phái viên báo "Võ Thuật." Nay, mấy mươi năm sau, bỗng dưng được nhà văn Uyên Thao chắc nghe con là "cao thủ võ lâm" nên "rủ rê" làm tập san "Võ Thuật", viết sách võ thuật. Khi nghĩ "thời thế" sắp "nặn một nhà thơ" một thời múa võ bị thầy đuổi và đá bay bị trật gân hông... trở thành nhà nghiên cứu võ học, viết sách võ, làm báo võ cho giới võ đọc, tìm hiểu và luyện tập, con phá lên cười gần như hét lớn trên đường làm chiếc xe gắn máy cà tàng của con lạc tay lái suýt đâm vào tủ bán thuốc lá lẻ của cô bé bên vệ đường, làm cô bé hoảng hồn, nhảy lên né người như một cao thủ võ lâm.

26.
PHÁ SƠN HỒNG GIA QUYỀN VỚI NGƯỜI NGOÀI HÀNH TINH

Ngoài tập san Nghiên Cứu Võ Thuật rồi Tìm Hiểu Võ Thuật, nhóm chủ biên còn xuất bản một số đầu sách võ thuật, trong đó có cuốn *"Võ Sư Đại Lực Sĩ Hà Châu - Phá Sơn Hồng Gia Quyền"* (1992) của con. Sách không những viết về "vinh quang và tủi nhục một đời võ" cùng những kỳ tích phi thường của võ sư đại lực sĩ Hà Châu được báo chí nước ngoài gọi là "người ngoài hành tinh" mà còn được giới thiệu cả bài danh quyền "Phá Sơn Hồng Gia Quyền" của Thiếu Lâm Hồng Gia Phái, gồm 163 thế được đích thân võ sư đại lực sĩ Hà Châu diễn thế, phân thế bằng hình ảnh và con diễn giải bằng lời. Cuốn sách chưa kịp tái bản thì bên ngoài dân "lái sách" đã in lậu trải rộng các hiệu sách.

27.
SỔ TAY VÕ THUẬT 22 NĂM, MỞ ĐƯỜNG ĐƯA VÕ VIỆT RA THẾ GIỚI

Thưa Mẹ, giữa năm 1992, sau khi nhà văn Uyên Thao định cư tại Hoa Kỳ - con thay nhà xuất bản, tập hợp bài vở, mua giấy phép từng kỳ, phát hành hàng tháng, thay đổi cách hoạt động được đông đảo võ sư tên tuổi trong và ngoài nước đồng tình với tên gọi tập san là "Sổ Tay Võ Thuật" do con làm chủ biên từ năm 1992 đến năm 2014. "Sổ Tay Võ Thuật" là tập san võ thuật sống lâu nhất tại Việt Nam trước và sau năm 1975. Tập san "Sổ Tay Võ Thuật" trình bày bắt mắt, bài vở chọn lọc, ban biên tập và cộng tác viên trong và ngoài nước đều nổi tiếng và uy tin trong làng võ, không khác một tạp chí định kỳ. Tầm ảnh hưởng của tập san "Sổ Tay Võ Thuật" lan rộng trong lòng người yêu võ cả trong và ngoài nước suốt 22 năm.

Nhằm đáp ứng nhu cầu bạn đọc, tập san "Sổ Tay Võ Thuật" các số chuyên đề về Vovinam - Việt Võ Đạo (số 6), chuyên đề về Hồ Ngạnh Với Đường Roi Thuận Truyền (số 64) đã được in lần thứ hai. Trong 22 năm, từ một tập san "Sổ Tay Võ Thuật" khổ nhỏ in trắng đen rồi chuyển thành khổ lớn in bốn màu, từ chỗ phát hành trong nước, tập san "Sổ Tay Võ Thuật" đã phát hành ra ngoài nước đến tận các võ đường, võ sư, võ sinh khắp năm châu.

Bên cạnh tập san "Sổ Tay Võ Thuật", theo lời mời của nhà báo Đỗ Hóa – Tổng thư ký Tòa soạn tuần báo Thể Thao Ngày Nay, con đồng ý phụ trách luôn nguyệt san "Ngôi Sao Võ Thuật" là phụ san của tuần báo Thể thao Ngày Nay. Số đầu tiên phát hành vào tháng 4 năm 1999. Do nhu cầu bạn đọc, số báo đầu tiên với chuyên đề "Võ thuật & Điện ảnh" đã được in lần thứ hai.

Ngoài việc phát hành 2 tập san "Sổ Tay Võ Thuật" và "Ngôi Sao Võ Thuật", con còn tổ chức giao lưu thường xuyên giữa Ban biên tập với các võ phái, võ đường. Ngoài ra, còn tổ chức giao lưu với bạn đọc, có biểu diễn võ thuật và công bố kết quả cuộc thi "Người Đẹp Võ Thuật Qua Ảnh" tại Nhà Văn hóa Thanh niên Sài Gòn, thu hút hàng ngàn võ sinh và người hâm mộ võ thuật trong và ngoài nước tham dự.

Không những thế, hai tập san "Sổ Tay Võ Thuật" và "Ngôi Sao Võ Thuật", con còn kết hợp với các đạo diễn võ thuật tên tuổi như Lý Huỳnh, Lê Cung Bắc để tổ chức tuyển chọn diễn viên võ thuật qua cuộc thi "Ước Mơ Vươn Tới Một Ngôi Sao", cùng thực hiện nhiều công tác xã hội tại Trại Phung Quy Hòa, cứu trợ đồng bào bị thiên tai tại Thừa Thiên - Huế, các trung tâm nuôi dạy trẻ mồ côi tại Sài Gòn...

Thưa Mẹ, năm 1997 theo lời mời của Tổng lãnh sự quán Pháp, con tổ chức 2 đêm võ thuật Việt-Pháp tưng bừng tại sân Phan Đình Phùng, Sài Gòn với sự tham gia sôi nổi của nhiều đoàn võ thuật Việt Nam trong nước và từ Pháp về. Lá thư của ông Francois BARATEAU - Lãnh sự Pháp đã gửi cho con:

Monsieur Phuong Tan,

Sitôt éteints les derniers feux du stadium "Phan Dinh Phung", je tenais à vous adresser mes plus sincères remerciements pour la contribution active que vous avez apportée à l'organisation et au bon déroulement, le 11 novembre, à Sai Gon – Ville, de la première démonstration Franco-Vietnamienne d' arts martiaux traditionnels .

En dépit des multiples difficultés, administratives, matérielles et financières, inhérentes à la mise en oeuvre d' une telle manifestation, votre forte détermination, tout comme votre dynamisme et votre enthousiasme communicatifs, sont parvenus à donner corp à ce qui était longtemps resté un rêve.

En souhaitant inscrire cette démonstration dans le cadre des nombreux événements organisés au Viêtnam en l'honneur de la tenue du "7 ème Sommet de la Francophonie", vous lui avez incontestablement octroyé le meilleur parrain qu'il pouvait se trouver.

Ainsi frappé du sceau des valeurs d'amitié, de compréhension, de respect et d'enrichissement mutuels qui fondent la communauté francophone, la manifestation Franco-Vietnamienne du 11 novembre ne pouvait dés lors, en effet, que soulever l'intérêt de chacun et aboutir au très grand succès populaire constaté par tous.

En vous remerciant d'avoir ainsi pu me donner, à la veille de mon départ de ce beau pays, la grande satisfaction de contribuer, à ma place, à l'incontestable réussite de cette célébration de l'amitié entre la France et le Viêtnam, permettez moi, Monsieur Phuong Tan, de vous renouveler mes plus vives félicitations.

Avec mes salutations les plus chaleureuses, je vous prie de croire, Monsieur le Rédacteur en Chef, à l'assurance de ma parfaite considération.
(Monsieur Francois BARATEAU Consul de France)

Thưa ông Phương Tấn,

"Ánh đèn trên sân Phan Đình Phùng vừa tắt, tôi muốn gởi đến ông lời cảm ơn chân thành vì sự tham gia tích cực của ông trong việc tổ chức thực hiện ngày 11 tháng 11, tại Thành phố Sài Gòn, lần đầu tiên, buổi biểu diễn võ cổ truyền Pháp - Việt.

Mặc dầu đã có rất nhiều khó khăn, về thủ tục hành chánh, về vật chất, tài chính, nhưng với sự quyết tâm cao, sự năng động và sự nhiệt tình của ông ảnh hưởng lây người xung quanh, nên ông đã thực hiện được điều mà bấy lâu nay chỉ đơn giản là một giấc mơ đẹp.

Với mong muốn đưa hoạt động này vào trong khuôn khổ các hoạt động được tổ chức ở Việt Nam để chào mừng "Hội nghị Thượng đỉnh khối Pháp ngữ lần 7", ông đã thật sự góp một phần công sức rất lớn vào chương trình này.

Như thế, đánh dấu tình hữu nghị, sự cảm thông, tôn trọng lẫn nhau, những yếu tố tạo nên khối cộng đồng nói tiếng Pháp, buổi biểu diễn võ thuật Pháp - Việt ngày 11/11 vừa qua quả thật đã khơi dậy sự quan tâm của mọi người, và đạt đến một thắng lợi to lớn mang tính quần chúng.

Xin cảm ơn ông đã cho tôi, trước ngày rời đất nước xinh đẹp này, niềm vui được đóng góp phần mình vào sự thành công không thể chối cãi được của hoạt động thể hiện tình hữu nghị Pháp - Việt này, và cho phép tôi được gởi đến ông lời chúc mừng nồng nhiệt nhất".
(Thư ngày 27 tháng 11 năm 1997 của ông Francois BARATEAU Lãnh sự Pháp)

Thưa Mẹ tháng 6 năm 2000, do bận công tác nước ngoài nên con đã giao tập san "Ngôi Sao Võ Thuật" cho Ban biên tập tuần báo "Thể thao Ngày Nay". Ngay trang nhất số đầu tiên do nhà báo Đỗ Hóa tiếp nối "Ngôi Sao Võ Thuật", anh đã viết một tâm thư "Cám ơn Phương Tấn những ngày đã qua" thật chân tình và cảm động:

"Trong vòng 10 năm nay, người say mê làm báo về võ thuật có lẽ số một là nhà thơ Phương Tấn. Do yêu thích nhân tình thế thái làng võ đã gây dựng tập san

"Sổ Tay Võ Thuật". Lúc đầu là khổ nhỏ, sau đổi thành khổ A4. Tổ chức cộng tác với thuần những cây bút tên tuổi. Phải nói đó là một ấn phẩm võ thuật duy nhất trong hàng chục năm trời, là một món ăn tinh thần cho những người yêu võ mở mang kiến thức, hâm nóng bầu nhiệt huyết với võ thuật.

Những cuộc giao lưu võ thuật do Phương Tấn tổ chức tại nhà Văn hóa Thanh niên Thành Phố Sài Gòn luôn đông đảo và thành công. Điều đó cũng chỉ ê-kíp của anh làm được. Viết hay, quan hệ rộng, thích làm từ thiện, nhạy bén với thị trường. Thế nhưng tài hoa vậy nhưng trời không cho lộc. Cứ long đong mãi thôi. Trong lúc, nhà chưa có tiền sửa mái bị dột, khất tiền điện, nợ tiền học của con nhưng chở cả chục tấn gạo, hàng xe quần áo, cả tạ thuốc tây dược, rồi mì ăn liền, mắm muối ra cứu trợ đồng bào miền Trung bị bão lụt. Có thế mới thấy tấm lòng thơm thảo của nhà thơ Phương Tấn.

Từ khi tập san "Ngôi Sao Võ Thuật" ra đời, Phương Tấn hăng hái tham gia và là một cây bút chủ lực, thường trực tòa soạn, gọi cộng tác viên, biên tập bài vở... đầy xông xáo. Chơi với nhau lâu nên Phương Tấn và Đỗ Hóa hiểu nhau hơn ai hết. Có khi sắp dỗi cũng biết. Tuy kẻ Bắc người Nam nhưng lúc chung tay thì đồng tâm hiệp lực làm dân làng võ cả nước đều biết đến. Thư từ bạn đọc gửi về tòa soạn ngày càng nhiều, nhất là vụ tặng ảnh. Khi nhắc Phương Tấn chuyển ảnh cho bạn đọc thì các ngôi sao điện ảnh bận quá không kịp làm thêm. Phương Tấn tỏ ra rất buồn, nước mắt rơm rớm tỏ ra ân hận vì không đáp ứng được bạn đọc. Nói vậy cũng là để bạn đọc thông cảm cho Phương Tấn của chúng ta.

Bắt tay tạm biệt và biết ơn Phương Tấn. Khi đọc đến lời tâm sự của Cổ Long viết trong lời bạt của cuốn Khách Giang Hồ về những đêm dài trong cuộc đời thực không sao tránh được niềm cảm khái!"
(Nhà báo Đỗ Hóa, Hà Nội 15/4/2000)

Thưa mẹ, ngày 28 tháng 12 năm 2003, con đang ở Pháp thì bàng hoàng hay tin nhà báo Đỗ Hóa qua đời vì ung thư xương. Nhà báo Đỗ Hóa ngoài Tổng Thư ký báo "Thể Thao Ngày Nay" anh còn là võ sư, Phó chủ tịch Hiệp hội Võ thuật Hà Nội. Người đã đưa môn Pencak Silat vào Việt Nam. Với con, nhà báo Đỗ Hóa là một người bạn, một đồng nghiệp đúng nghĩa.

Từ tình nghĩa sâu đậm với nhà báo Đỗ Hóa và sự yêu quý của Ban biên tập tuần báo Thể Thao Ngày Nay, đặc biệt là nhà báo, họa sĩ Đỗ Thu Hương em ruột của nhà báo Đỗ Hóa, đặc trách phía Nam của tuần báo Thể Thao Ngày Nay, vào tháng 7 năm 2005 con tiếp tục đảm trách tập san "Ngôi Sao Võ Thuật." Tập san trình bày chuyên nghiệp, in ấn công phu, nội dung đa dạng, đề tài phong phú gần gũi cả người trong và ngoài làng võ.

Sau 11 năm hoạt động, năm 2010 tập san "Ngôi Sao Võ Thuật" ngưng hoạt động cùng với tuần báo Thể Thao Ngày Nay. Riêng tập san "Sổ Tay Võ Thuật" ròng rã 22 năm hoạt động, ngưng vào cuối năm 2014 khi con lên đường định cư nước ngoài. Tháng 8 năm 2017, khi con từ Mỹ về Việt Nam, nhà báo, họa sĩ Đỗ Thu Hương đã mời con đến văn phòng của cô và sau đó cô đã viết trên Facebook thật cảm động:

"Một buổi sáng hạnh phúc vì đươc đón anh Phương Tấn trở về từ Mỹ tới thăm và trò chuyện. Sống lại một thời "Ngôi Sao Võ Thuật" và những năm tháng làm báo gian nan hạnh phúc đã qua.

Qua tác phẩm "Những Người Mở Đường Đưa Võ Việt Ra Thế Giới" - cảm ơn anh cho em nhìn lại kho tàng lịch sử, tư liệu mà nhiều năm em đã chăm chú tìm hiểu về tinh hoa "Võ học Viêt Nam" qua các chân dung võ thuật các thời kỳ.

Anh là nhà thơ Phương Tấn. Người tâm huyết, cẩn trọng và chuyên chú say mê với bất cứ công việc nào anh nhận thực hiện hay tham gia.

Mỗi cuốn sách hay tạp chí anh làm đều là một tác phẩm quý giá cần lưu giữ cho chuyên môn và tư liệu.

"Những Người Mở Đường Đưa Võ Việt Ra Thế Giới" - cuốn sách đồ sộ như kho tàng tư liệu về võ thuật này đã tái bản lần thứ hai.

Chúc anh luôn khoẻ và phong độ như nhiều năm nay và mãi là tấm gương về sức mạnh tinh thần và văn hoá cho thế hệ sau chiêm nghiệm học hỏi."

(Nhà báo Đỗ Thu Hương, Sài Gòn tháng 8/2017)

28.
RẠNG DANH VÕ VIỆT KHẮP NĂM CHÂU

Thưa Mẹ năm 1996, nhờ tập san "Sổ Tay Võ Thuật" con được "Hiệp Hội Quốc Tế Võ Đạo Việt Nam" do võ sư Antoine Le Conte làm chủ tịch mời qua Pháp dự "Cúp châu Âu Võ Việt Nam" đầy ấn tượng và sôi nổi tại nhà thi đấu Carpentier quận 13, Paris quy tụ trên 20 võ phái Việt Nam với gần 500 vận động viên của 7 quốc gia Pháp, Thụy Sĩ, Bỉ, Đức, Luxemburg, Ý, Czech và 2 nước ngoài châu Âu là Morocco và Algérie tham gia tranh tài. Nhân dịp này, con đã thực hiện ngay tại Paris một bản tin "Sổ Tay Võ Thuật" đặc biệt về giải dành cho các đoàn và người hâm mộ. Sau giải, con tiếp tục lên đường thăm và làm việc ở một số nước châu Âu có thành viên của Hiệp hội. Và sau đó từ năm này qua năm khác, nhiều tổ chức võ thuật ngoài "Hiệp Hội Quốc Tế Võ Đạo Việt Nam" không riêng châu Âu mà còn nhiều nước thuộc Phi châu, Mỹ châu mời con.

Cũng nhờ qua Pháp thường xuyên và ở lại dài ngày, con đã đi thăm, gặp gỡ và viết về những người Việt mà con yêu quý như GS Trần Văn Khê, GS Hoàng Xuân Hãn, Thương Tọa Thích Minh Châu trụ trì chùa Trúc Lâm, Công chúa Lương Chuyên con vua Thành Thái...

Thưa Mẹ, võ sư Antoine Le Conte là một người Việt, tên ông là Vĩnh Long, một kỹ sư yêu quê hương và yêu võ Việt Nam tha thiết. Năm 1971, ông sáng lập môn phái "Hòa Long Võ Đạo" tại Pháp. Năm 1996, với tâm nguyện hợp nhất mọi võ phái Việt Nam ở nước ngoài ông thành lập "Hiệp Hội Quốc Tế Võ Đạo Việt Nam". Đầu xuân năm 1998, võ sư Vĩnh Long về Việt Nam cùng một số võ sư thuộc Hiệp hội tổ chức bữa cơm thân mật tại khách sạn Palace, mời 11 lão võ sư: Huỳnh Khánh Hội (104 tuổi), Phạm Cô Gia (98 tuổi), Trần Tiến (87 tuổi), Trần

Văn Nghĩa (86 tuổi), Từ Thiện (85 tuổi), Mai Thái Hòa (84 tuổi), bác Sáu - vợ cố võ sư Mai Văn Phát (82 tuổi), Huỳnh Tiền (80 tuổi, bán thân bất toại, đôi mắt bị mù, đi xe lăn), Kim Kê (78 tuổi), Minh Cảnh (77 tuổi), Hà Châu (74 tuổi). Sau phần vinh danh các lão võ sư của "Hiệp Hội Quốc Tế Võ Đạo Việt Nam" và của tập san "Sổ Tay Võ Thuật", võ sư Vĩnh Long đã trao tận tay mỗi lão võ sư một khánh vàng có khắc tên và chạm long-lân-quy-phụng.

Võ sư Vĩnh Long với đôi mắt đỏ hoe, giọng nghẹn ngào, đứt quãng: "Chút quà mọn thay tấm lòng sâu đậm của con – người con xa xứ nhưng mãi hướng về quê hương, về các bậc tiền bối đã hiến trọn đời mình cho võ đạo Việt Nam." Lão võ sư Trần Tiến bày tỏ trong nước mắt: "Võ chúng ta đang bị đè bởi cái bóng quá lớn của các môn võ nước ngoài. Việc làm của võ sư Vĩnh Long và nhà báo Phương Tấn đang là những tia nắng ban mai rọi vào tận cõi lòng hiu quạnh của chúng tôi từ nhiều năm, đánh thức trách nhiệm và niềm tin về tương lai của một môn võ dân tộc mà tổ tiên đã hy sinh để giành lấy...."

Mẹ ơi, nay tất cả lão võ sư trong đó có võ sư Vĩnh Long đều đã qua đời.

Thưa Mẹ, con trở thành "người Việt Nam "nổi tiếng

thế giới" buồn cười nhất vì được đi thăm nhiều võ đường, nhiều trung tâm võ thuật, tham gia nhiều diễn đàn, nhiều sự kiện võ học thế giới, trả lời phỏng vấn một số báo chí nước ngoài và đài RFI của Pháp, gặp gỡ một số quan chức kể cả đại sứ, bộ trưởng nước ngoài, được vinh danh nhiều nhất, được làng võ mến mộ nhất, có sách võ bán chạy nhất, nhưng duy nhất "không có võ" trong làng võ Việt Nam và thế giới. Đôi lúc con thổ lộ mình không biết võ thì người nghe chợt cười, có người cười ngặt nghẽo, nói: *"Các cao thủ võ lâm thường cho mình không biết võ, Phương Tấn cũng vậy"*. Sau này, con ít khi bày tỏ chuyện mình có võ hay không. Con chợt nhớ Grand master Victor Tu, chủ tịch "Global Martial Arts Research Institute" ở Hoa Kỳ từng thổ lộ trên báo:

"Khen ai chứ khen Phương Tấn thì quá thừa nhưng... theo nhận định của tôi... từ trước đến nay khó thấy một nhân tài kiệt xuất như Phương Tấn... một người "yêu Võ không tập Võ" nhưng lại đóng góp quá nhiều cho phong trào "Võ Thuật Thế Giới" suốt mấy thập niên... Yêu văn mà viết văn hay, làm thơ giỏi cũng chỉ là tiếng hót của loài chim Họa Mi thôi... không gì lạ cả. Khen thừa chính ở chỗ đó!"

Thưa Mẹ, năm 1999, một trong những tổ chức võ thuật mạnh nhất ở châu Âu là Liên đoàn Quốc tế

Việt Vũ Đạo do võ sư Nguyễn Công Tốt làm chưởng môn đã nhiều lần bàn thảo cùng con tại Việt Nam cũng như ở Pháp về việc mua lại Thương hiệu "Sổ Tay Võ Thuật" cho Việt Vũ Đạo. Một công ty thương mại ở Sài Gòn cũng bàn thảo mua lại Thương hiệu "Sổ Tay Võ Thuật". Nhưng cả 2 đều không thành vì con không muốn tập san "Sổ Tay Võ Thuật" biến dạng nội dung và tên gọi, làm hư tập san "Sổ Tay Võ Thuật" khi giao vào tay người khác.

May mắn được ra nước ngoài, con nghĩ võ Việt - một môn võ chiến đấu mà tổ tiên chúng ta đã sử dụng qua mấy ngàn năm dựng nước và giữ nước, một di sản văn hóa phi vật thể độc đáo cho nước mình và cho cả thế giới - tại sao không truyền bá mạnh mẽ ở hải ngoại? Nhân các chuyến đi nước ngoài con bắt đầu "vận động" đưa các võ sư trong nước ra nước ngoài, đồng thời tặng sách báo, tài liệu, trao đổi, giải thích cặn kẽ về lịch sử Việt Nam cùng các võ sư người Việt ở các nước nhằm phát huy tinh hoa võ Việt đến cộng đồng người Việt hải ngoại và cho cả người nước ngoài. Từ đó dấy lên một phong trào yêu và học võ Việt rộng khắp. Tiếp đó, con làm một cầu nối đưa các võ sư, các tổ chức võ thuật nước ngoài về trong nước tìm hiểu, học hỏi, nâng cao võ Việt.

Thưa Mẹ, theo sự phát triển của 2 tập san "Sổ Tay

Võ Thuật" và "Ngôi Sao Võ Thuật", năm 2000 con thành lập công ty "Thương Mại – Du Lịch – Thể Thao Sài Gòn" nhằm cung ứng võ phục, dụng cụ tập luyện võ thuật uy tín và chất lượng. Đồng thời tổ chức các tour du lịch, các sự kiện văn hóa và thể thao. Công ty mỗi ngày một phát triển, thu hút khách thể thao trong và ngoài nước. Nhưng, mình con không đủ sức đảm đương vì không có người trung tín trước tệ nạn tiêu cực trong công ty, con cho giải thể công ty sau 3 năm hoạt động.

Năm 2006, con kết hợp cùng tỉnh Bình Định tổ chức "Liên Hoan Quốc Tế Võ Cổ Truyền Việt Nam - International Festival Of Vietnamese Traditional Martial Arts" với vai trò Phó ban tổ chức; kết hợp với trường Đại học Quốc tế Hồng Bàng tổ chức "Liên Hoan Võ Thuật Quốc Tế Hồng Bàng - Hong Bang International Martial Arts Festival" với vai trò Trưởng ban tổ chức. Cả hai Festival đã thu hút mỗi kỳ gần 40 quốc gia và hàng ngàn võ sinh nước ngoài về tham gia thi đấu, biểu diễn và trau dồi võ Việt.

Mẹ ơi, chúng ta sẽ không cầm được nước mắt và lòng tự hào dân tộc khi các võ sinh nước ngoài đọc lời thiệu, tên gọi các thế võ bằng tiếng Việt trong lúc tập luyện, thuộc lịch sử Việt Nam chống giặc phương Bắc, kể rành rọt tiểu sử và nguồn cội của các bài cung bài kiếm bài võ của Nguyễn Huệ, Lý Thường Kiệt, Trần Hưng Đạo, Lê Hoàng, Bùi Thị Xuân... Ngày nay võ Việt Nam đã lan tỏa gần khắp năm Châu, bám sâu vào máu huyết không biết bao nhiêu người và bao nhiêu quốc gia. Thật tự hào Võ Việt!

Mỗi kỳ Festival ở tỉnh Bình Định và Đại học Quốc tế Hồng Bàng, con đều thực hiện tập "Kỷ yếu" với danh sách kèm theo hình ảnh vận động viên các đoàn, nội dung súc tích, hình thức đẹp, in màu không thua một tạp chí. Đặc biệt, con viết các bài phát biểu cho các quan chức chủ chốt tham dự Festival. Con nghiên cứu từ con đường khởi đầu đến khi hình thành và phát triển võ cổ truyền Việt Nam từ trong nước ra nước ngoài. Từ danh xưng "Liên đoàn Võ Cổ Truyền Việt Nam" đến "Ban Vận Động Liên Đoàn Quốc Tế Võ Cổ Truyền Việt Nam" đến thành lập "Liên Đoàn Quốc Tế Võ Cổ Truyền Việt Nam". Tất cả con lồng vào nội dung các bài phát biểu, trình cho quan chức đọc, chỉnh sửa và in trong kỷ yếu Festival. Con vui mừng vì con đường phát triển võ Việt đã tuần tự theo những gì con ôm ấp và viết nên.

Con chỉ tiếc và rất thương một người, đó là võ sư Hoàng Tùng. Anh vô cùng say mê võ thuật, từng là Huấn luyện viên trưởng đội tuyển Việt Nam tại Seagames 16, 17 về các môn Pencaksilat, Arnis, Wushu và ôm ấp khôi phục roi đối kháng võ Tây Sơn. Anh và con có nhiều năm cùng công tác tại trường Đại học Quốc tế Hồng Bàng và cùng sáng lập "Học Viện Võ Thuật Tây Sơn, Bình Định". Chúng con đang sát cánh thực hiện dự án xây dựng Học Viện thì bàng hoàng nghe tin anh mất ngày 20 tháng 2 năm 2010 ở quê nhà, huyện Phù Cát, tỉnh Bình Định. Con luôn nhớ lời anh nói: "Khi nào tim tôi ngừng đập tôi mới giã từ nghiệp võ".

29.
TINH HOA VÕ VIỆT TRƯỚC ĐẠI HỘI VÕ THUẬT THẾ GIỚI

Thưa Mẹ năm 2011, Hiệp Hội Thế Giới Truyền Thống Karate, Kickboxing và tất cả các môn võ, viết tắt là WTKA (World Traditional Karate, Kickboxing And All Styles Associations) tổ chức giải "Vô địch và Hội thi Quyền thuật Thế giới" lần thứ 7 và "Liên hoan Võ thuật Đông Phương" lần thứ 2 tại Marina di Carrara, nước Ý từ ngày 27 đến ngày 30/10/2011. Một sự kiện võ thuật lớn nhất thế giới với gần 100 quốc gia và hơn 4.000 vận động viên dự tranh giải trong 4 ngày. Để tìm hiểu tinh hoa cũng như sự hoạt động mạnh mẽ của các môn võ thuật trên thế giới nhằm phát triển Võ cổ truyền Việt Nam, con đã vận động Ban tổ chức chịu mọi chi phí, mời một đoàn 6 người gồm Chủ tịch, Phó Chủ tịch, Chánh văn phòng Liên đoàn Võ cổ truyền Việt Nam, Hiệu trưởng trường Đại học Quốc tế Hồng Bàng, Chủ tịch Hội Võ thuật Cổ truyền tỉnh Lâm Đồng và con qua Ý tham dự Đại hội.

Trong Đại hội, hai võ sư Lê Kim Hòa (Phó chủ tịch Liên đoàn Võ Cổ Truyền Việt Nam) và võ sư Trương Văn Bảo (Chủ tịch Hội Võ thuật Cổ truyền tỉnh Lâm Đồng) thuộc đoàn Việt Nam đã được Ban tổ chức mời huấn luyện Võ cổ truyền Việt Nam cho một số đoàn cũng như biểu diễn tinh hoa "Võ cổ truyền Việt Nam". Hai võ sư được Ban tổ chức tặng bằng "Outstanding Si Fu", riêng con được Ban tổ chức thắt đai "Vô Địch Danh Dự" của WTKA và được đại hội nhiệt liệt vỗ tay tán thưởng.

Ông Hoàng Vĩnh Giang Chủ tịch "Liên đoàn Võ thuật Cổ truyền Việt Nam" (đã mất), ông Nguyễn Mạnh Hùng hiệu trưởng "Trường Đại học Quốc tế Hồng Bàng", ông Trương Văn Bảo Chủ tịch "Hội Võ thuật Cổ truyền Việt Nam tỉnh Lâm Đồng" là 3 vị lãnh đạo mà con rất quý. Các ông biết lắng nghe, ghi nhận, trao đổi chân tình và thiết thực để cùng xây dựng và phát triển Võ cổ truyền Việt Nam. Ông Trương Văn Bảo trong một lá thư gửi cho con, đã viết:

"... Những cuốn sách viết về Võ thuật của anh Phương Tấn vẫn còn nguyên giá trị. Hôm nay anh Phương Tấn đi trên con đường thơ văn, tuy mới nhưng mà cũ vì cũng đã mấy mươi năm qua, anh viết văn, làm thơ cũng đã rất lâu, từ trước 1975.

Em vẫn nhớ những ngày anh em mình bên Ý, anh giới thiệu với Ban tổ chức QUẦN ANH HỘI để em biểu diễn bài Lão Mai Quyền trước hàng ngàn đại biểu, khán giả và các võ sư của gần 100 quốc gia, nhận được danh hiệu "Outstanding Si Fu." Nghĩ lại vẫn còn nhớ ơn anh..."

30.
BÁCH KHOA TỰ ĐIỂN VÕ THUẬT VIỆT NAM HAY BỘ SÁCH KINH ĐIỂN VỀ VÕ THUẬT

Thưa Mẹ, về sách võ ngoài cuốn *Võ Sư Đại Lực Sĩ Hà Châu - Phá Sơn Hồng Gia Quyền* của con do tập san "Tìm Hiểu Võ Thuật" ấn hành năm 1992, con lần lượt xuất bản tiếp các cuốn: *"6 Khuôn Mặt Võ Lâm Việt Nam* (1992); *Wushu - Võ Thuật Trung Hoa Cổ Điển Và Hiện Đại* (với đại võ sư Nguyễn Lâm 1994); *Quảng Nam Võ Đạo* (2 tập - 1995); *Thái Cực Võ Đạo* (1997); *Antoine Le Conte - Người Mang Theo Quê Hương - Antoine Le Conte, Celui Qui Porte Son Pays Dans Son Coeur* (Việt - Pháp 2008); *Những Người Mở Đường Đưa Võ Việt Ra Thế Giới - Pioneers Who Have Paved The Way For Vietnamese Martial Arts To The World* (Việt - Anh - Pháp, xuất bản 2012, tái bản 2014). Tất cả đều thuộc sách võ "best seller" bị "in lậu", bị rao bán trên nhiều trang mạng.

Đặc biệt, cuốn *"Những Người Mở Đường Đưa Võ Việt Ra Thế Giới - Pioneers Who Have Paved The Way For Vietnamese Martial Arts To The World"* (xuất bản 2012, tái bản 2014) đã được đón nhận nồng nhiệt không chỉ bạn đọc trong nước hay ở các quốc gia quen thuộc như Pháp, Mỹ, Đức, Ý, Bỉ, Thụy Sĩ, Tây Ban Nha,... mà còn cả những người yêu võ ở những quốc gia xa xôi như Burkina Faso, Bờ Biển Ngà, Algeria, Tunisia,...

Báo chí cùng hàng trăm tổ chức, hội đoàn, võ đường, võ sư, học giả... đã viết về cuốn sách này (con có trích in trong chương phụ lục của sách). Trong đó, võ sư Trần Nguyên Đạo, Tổng thư ký Hội đồng Võ sư

Vovinam - Việt Võ Đạo Thế giới đã viết: *"Các chuyên gia có thể phê bình 'chưa đầy đủ,' nhưng không ai có thể chối cãi "Những Người Mở Đường Đưa Võ Việt Ra Thế Giới" là một cuốn sách nói về nền võ thuật Việt Nam, có công trình nghiên cứu và có nội dung đa dạng nhất, trước đó chưa bao giờ được xuất bản. Nếu tác giả không có tham vọng thực hiện một cuốn "Bách khoa tự điển võ thuật Việt Nam," thì tác phẩm này, tự nó, thể hiện tư cách đó, trong tủ sách võ thuật Việt Nam. Ngoài ra, theo chủ quan của tôi, đặc điểm và đồng thời cũng là chủ đích của tác giả, là muốn thực hiện "một vòng tay lớn" giữa các quốc gia trên thế giới, giữa những người có cùng một đam mê, đó là nền văn hóa võ thuật Việt Nam".*

Và võ sư Đồng Sĩ Hội, Chưởng môn sáng lập Hiệp hội Võ thuật Hiệp Quyền Đạo tại Hoa kỳ đã viết: *"Những Người Mở Đường Đưa Võ Việt Ra Thế Giới" có thể xem là "Bộ sách kinh điển về võ thuật" được trân trọng và đánh giá cao trong làng võ tại Hoa Kỳ".*

Thưa Mẹ, sau khi cuốn sách *"Những Người Mở Đường Đưa Võ Việt Ra Thế Giới"* đã tái bản, sau khi hai *"Liên Hoan Quốc Tế Võ Cổ Truyền Việt Nam"* tại Bình Định cùng *"Liên Hoan Võ Thuật Quốc Tế Hồng Bàng"* tại Sài Gòn đã thành công và sau khi Ban sáng lập *Liên Đoàn Quốc Tế Võ Cổ Truyền Việt Nam* đã hình thành, tâm nguyện của con đã đạt. Võ cổ truyền Việt Nam đang rạng rỡ khắp năm châu. Con vui mừng và ung dung theo tâm nguyện bước ra khỏi làng võ để quay về với "văn nghiệp" sau 37 năm u uẩn, chờ mong.

31.
CON CƯỜI BÊN MỘ VUI CÙNG NỖI ĐAU

Thưa Mẹ, sau khi được Hiệp Hội Quốc Tế Võ Đạo Việt Nam do võ sư Antoine Le Conte làm chủ tịch mời con qua Pháp và một số nước châu Âu có thành viên của Hiệp hội, con về lại quê nhà không bao lâu thì Mẹ mất. Mẹ ơi! Hôm Mẹ qua đời, con đã ngồi khóc như điên dại trong ngày 22 tháng 7 năm 1997 và đã ngồi viết một lúc bốn bài thơ bên mộ Mẹ: *"Ầu Ơ, Con Ẵm Bóng Theo Tạ Đời, Con Cười Bên Mộ Vui Cùng Nỗi Đau, Trăng Già Vắt Xác Bên Hàng Trầm Luân, Thế Gian Chụm Giữa Cơn Đau"*. Sau ngày đó, hình như con sống để khóc. Thấy ai giống Mẹ, thấy ai cỡ tuổi Mẹ, rồi đến những cảnh thương tâm dù ngoài đời hay trong sách báo, trên sân khấu hay trong phim ảnh, con đều khóc vì nhớ Mẹ.

Mẹ ơi nay không còn ai, không một ai thương con

bằng Mẹ. Không còn ai, không một ai cho tiền khi dỗ con uống thuốc thuở ấu thơ. Không còn ai, không một ai chạy từng miếng ăn, lo từng giấc ngủ cho con thời mới lớn. Không còn ai, không một ai cho cất chiếc gác cao nghệu giữa nhà để con tịnh tâm, nghỉ dưỡng, giỡn chơi cùng trời đất và làm thơ thời con bị bệnh. Không còn ai, không một ai viết thư cho con suốt mấy mươi năm dạy con làm người. Và Mẹ ơi, từ lúc sinh ra đến khi vào mẫu giáo rồi suốt những năm đầu tiểu học con được ngủ bên Mẹ. Có những sáng khi thức dậy, cả chiếc quần lẫn chỗ con nằm đều ướt sũng. Đôi khi còn thấm sang chỗ Mẹ nằm. Mẹ cười: *"Lại đái dầm nữa rồi. Phương của Mẹ hư quá!"* Con khóc đây và khóc mãi đến khi được gặp lại Mẹ mới thôi. Mẹ ơi!

Cũng trong ngày Mẹ mất. Bóng tối dường như bao trùm cả không gian. Buồn hơn thuở sơ khai của loài người.

Mẹ một đời chống chọi với chiến tranh và cơ cực từ lúc sinh con, nuôi con và dạy con thành người. Mẹ không có chút nào hạnh phúc. Nếu có, cũng đã đổ hết vào đời con. Nhìn những ngón tay chai mòn, trơ xương của Mẹ để biết những đồng tiền Mẹ kiếm được cũng đã trôi hết một đời vì con.

Mẹ vốn là một phụ nữ quý phái, thùy mị nhưng con là đứa con suốt đời làm khổ Mẹ. Da thịt Mẹ hồng hào, tươi đẹp ngày nào, đã dần dần héo gầy, xanh xao, bệnh tật không khác ngọn nến trước gió. Mẹ ơi, không phải vì cơn gió mạnh hay cơn gió nhẹ mà chính con - đứa con hư đã thổi tắt ngọn nến lấy đi ánh sáng của đời Mẹ.

Hôm Mẹ mất, con như điên dại lấy hai tay đập mãi vào chiếc thân gầy gò của mình như đập vào áo quan... Mẹ đừng buồn con. Con cười như xé ruột cho Mẹ vui đây, Mẹ ơi! Con cười như những tấm ván áo quan lạnh tanh giữa đất trời trống huơ trống hoác. Con cười như vết đạn tự dưng từ đâu ghim vào người. Con cười như những tấm ván áo quan lạnh tanh nằm lạnh lẽo, trơ trọi giữa gò hoang. Con cười, con cười mãi và...

CHẾT SỮNG GIỮA CƠN MƠ

Gõ lấy thân lép kẹp
Như gõ vào áo quan
Đất trời đà khép mắt
Buồn hơn thuở hồng hoang.

Những đồng tiền mẹ rót
Lăn qua kẽ tay mòn

Hạnh phúc nào còn sót
Lọt thỏm giữa đời con.

Tiêu xài da thịt Mẹ
Nến tắt. Gió là con
Con là quân đổ đốn
Yêu Mẹ như thù con.

Gõ chiếc thân lép kẹp
Như gõ vào áo quan
Nào cười như xé ruột
Xin cười cho mẹ vui
Ôi cười như xé ruột
Xin cười cho mẹ vui.

Con cười như gỗ ván
Giữa đất trời trống hươ
Con cười như vết đạn
Chết sững giữa cơn mơ.

Gõ chiếc thân lép kẹp
Như gõ vào áo quan
Con cười như gỗ ván
Xếp vó giữa gò hoang.

Con cười như vết đạn
Chết sững giữa cơn mơ.
...

Và Mẹ ơi, con nhớ mãi nhớ miết giữa tháng 7 năm 1997 bệnh của Mẹ trở nặng. Bệnh viện Gia Định chuyển Mẹ vào phòng cấp cứu. Ban đêm không ai được phép vào thăm. Bên hông phòng cấp cứu chạy dọc theo hành lang bệnh viện là cánh cửa lớn được khóa chặt. Ba anh em Song, Phương, Xuân chúng con trải chiếu nằm ngay dưới chân cửa mỗi đêm. Cánh cửa có lỗ khóa. Chúng con khom lưng, từng người một được chia phiên nhìn qua lỗ khóa để theo dõi bệnh tình của Mẹ và được nhìn thấy Mẹ. Sau nhiều đêm không ngủ, một hôm đến phiên con được nhìn qua lỗ khóa. Con khom lưng, mệt lã, đôi mắt hoa lên, người muốn quỵ xuống, và con đã quỵ xuống thật, Mẹ ơi!

Trong cơn hoảng loạn và mê sảng ấy con cứ thấy mình bị tuột xuống, tuột xuống mãi giữa một vùng tối tăm, sâu thẳm, bụi tro mịt mù. Đến một lúc, con thấy mình không bị tuột xuống nữa mà hồn xác quanh quẩn, quẩn quanh... trước thềm địa ngục? Không qua được cửa địa ngục thì làm sao tìm được Mẹ. Mẹ đâu. Ôi Mẹ đâu?

Bỗng dưng con nghe tiếng vọng mơ hồ từ cõi xa xăm cùng một ánh chớp bay qua trong ảo giác. Một câu Phật dạy chợt lóe trong hồn xác: "Tất cả chúng sinh được sinh ra từ chính nghiệp của mình." Như vậy, Mẹ được tái sinh ở một cảnh giới nghiệp lành, không ở cảnh giới địa ngục.

Ôi, nghiệp lành mở cửa tâm / Lấp lánh từ chánh nghiệp / Rợp bóng Mẹ trong con / Yêu Mẹ. Chỉ Mẹ thôi!

YÊU MẸ.
CHỈ MẸ THÔI!

Tuột xuống tuột xuống nữa
Rơi tỏm giữa hố đời
Lọt thỏm thềm địa ngục
Ngộp ngụa những bụi tro.

Không ngủ cũng chẳng thức
Không bóng cũng chẳng hình
Sững hồn và mê sảng
Mịt mùng nẻo vô minh.

Lọt thỏm thềm địa ngục
Mẹ đâu, ôi Mẹ đâu?
Vọng âm từ ánh chớp
Cửa tâm mở nghiệp lành!

Vọng âm từ ánh chớp
Nghiệp lành mở cửa tâm

Lấp lánh từ chánh nghiệp
Rợp bóng Mẹ trong con.

Yêu Mẹ. Chỉ Mẹ thôi.

32.
VỚT BÌNH MINH TRONG ĐÊM

Thưa Mẹ, cuối năm 2017 sau khi định cư tại Mỹ, con về thăm lại quê nhà và lên mộ thắp hương cho Mẹ. Ròng rã một tháng, con đã lặng lẽ đi, lặng lẽ nhìn, lặng lẽ nghe về đất nước mình. Nhìn một đất nước tan hoang. Trên rừng, dưới biển, ngoài đảo, phố xá đâu đâu cũng thấy giặc Tàu và cả những phố Tàu, chữ Tàu, con lai Tàu... trên đất Việt. Giặc Tàu đang đắm mình trong rượu bia, gái điếm, tiền bạc, trộm cắp và huênh hoang cùng tham quan đất Việt.

Mẹ ơi, con cũng đi qua nhiều kênh rạch, gầm cầu, thấy được những phận đời tối tăm như bị nhận chìm trong địa ngục. Con đi qua những bãi rác với những con người đen đủi bươi móc cùng chuột cùng mèo. Con đi qua những bãi biển miền Trung mặt biển trắng phau, đất thì bạc phếch vì cá chết. Con đi qua những nhà tù nhiều như tóc bạc trắng phếu cả mái đầu, dìm bao nỗi oan sâu. Con đã đi qua và đi qua, đi qua...

Mẹ ơi, giặc tràn từ phương Bắc đang hừng hực như chảo lửa, chờ chực trụng cả cơ đồ đất Việt, mong giết đi lịch sử và xóa nhòa tổ tông ta. Thưa Mẹ, vua Duy Tân đã từng nói: "Khi tay bẩn thì lấy nước mà rửa. Khi nước bẩn thì lấy máu mà rửa." 10 bài thơ: *"Chảo Lửa Trụng Cơ Đồ, Nước Nam Dân Nam Ở, Bóng Ma Và Tàu Lạ, Lục Dục Mùi Nhân Gian, Vớt Một Đời Lêu Bêu, Ngẩn Ngơ Đời Bạc mệnh, Biển - Thủy Mộ Trắng Phau, Dìm Bao Nỗi Oan Sâu, Sóng Dậy Từ Nhân Dân, Hãy Đem Rải Mặt Trời",* con ngồi viết bên mộ Mẹ, cầu nguyện cho Việt Nam một ngày mới.

33.
FACEBOOK VÀ TÔI

Và một ngày kia, thưa Mẹ, con nghe nhiều người nhắc đến Facebook. Một ánh sáng lóe lên và con đã tự hỏi: "Sao mình không mở một Facebook mang tên Phương Tấn để tìm bạn cũ, tác phẩm cũ, thơ văn cũ trước 1975? Hy vọng còn một chút đâu đó, đồng thời giới thiệu những sáng tác mà mình đã âm thầm viết, âm thầm giữ lại trong 37 năm im tiếng!"

Thưa Mẹ, ngày 25 tháng 5 năm 2015, con tự mày mò mở một Facebook mang tên Phương Tấn. Ngọn lửa Facebook hướng con về phía trước: "Mẹ là Đạo là Đường của con." Đến nay con đã gặp được nhiều bạn văn, bạn thơ, bạn học, người thân và cả những người thầy đã dạy con trước năm 1975. Qua họ, con đã nhận được các tạp chí do con làm chủ bút, nhiều bài thơ cũ của con đã đăng trên các báo, các tập thơ và văn của con đã xuất bản. Mừng nhất là tập *"Thơ Tình Của Một Thi Sĩ Việt Nam Trên Đất Mỹ"* do nhà phê bình văn học Đặng Tiến lưu giữ tại Pháp gửi cho. Tập thơ *"Khổ Lụy"* do Dung Thị Vân cất giữ từ khi em còn học lớp 10 gửi cho. Nay em Dung Thị Vân đã trở thành nhà thơ Dung Thị Vân quen tên trong cả nước với 12 tập thơ đã xuất bản, trên 100 bài thơ được phổ nhạc. Tất cả văn và thơ của con nhận được đều trên dưới 50 năm. Với hàng trăm bài văn, bài thơ, bài báo. Thơ có bài dài cả ngàn câu, con bắt đầu đọc, biên tập, phân loại cộng với những sáng tác mới của con sau khi định cư tại Mỹ, đóng thành nhiều tập, mỗi tập là một tác phẩm. Con mơ ước sẽ được in ra - những ngọn nến nhỏ nhoi trong cõi ta bà sẽ được thắp lên theo nguyện ước.

Thưa Mẹ, con không bao giờ nghĩ Facebook là mạng ảo. Dù số đông Facebookers con chưa được gặp mặt, nhưng con vô cùng quý trọng và tạ ơn trời đất đã cho con thật nhiều người tốt, bạn tốt đến không ngờ.

Mẹ ơi! Cũng từ ngôi nhà chung đó, ngôi nhà mà người ta thường gọi là mạng ảo, không ít người đã gọi con bằng chú, gọi con bằng anh, gọi con bằng tên và bỗng chốc họ trở thành thầy con hoặc bạn thân thiết của con lúc nào không hay. Họ thương yêu và giúp con chỉnh sửa lỗi chính tả trong các bài văn, thay đổi chữ và làm sáng ý trong các bài thơ... Họ đã bỏ nhiều thì giờ và công sức vì con. Nhờ họ và qua đó, các bài văn của con hoàn chỉnh hơn, các bài thơ của con sâu lắng hơn, hay hơn.

Họ là những người ơn, sâu đậm tình nghĩa. Mỗi lần ai khen con về một bài văn, bài thơ, con chợt nhớ đến họ, biết ơn họ và đôi khi gọi thầm tên họ mặc dù con chưa hề gặp họ trong đời. Có ai đó đã nói thật hay: *"Những người bạn tốt giống như những ngôi sao. Chúng ta không phải lúc nào cũng có thể thấy họ nhưng chúng ta biết họ luôn ở đó"*.

Họ là bạn đọc, là những người viết mới, là anh chị em xem Facebook là nơi kết bạn tâm giao, cùng nhau học hỏi, chia sẻ buồn vui của mình, của người, và về cả cái xã hội, cái chế độ nhiễu nhương, bất trắc, hiểm nguy mà họ đang sống.

Họ không phải là những nhà phê bình văn học, không phải là những nhà văn, nhà thơ nổi tiếng, họ cũng không phải là những người làm chính trị, họ chỉ đến với nhau bằng trái tim trong sáng, bát ngát tình người nhưng không thiếu tri thức, tâm thức và hào khí của người yêu nước.

Với con, họ là những Facebookers đáng quý, là những người xa lạ bỗng chốc hóa thân quen. Với con, những cảm nhận và chia sẻ của họ qua thơ văn Phương Tấn thật thâm trầm, sâu sắc, thi vị. Với con, họ là những người thân yêu, đã mang những ngọn lửa tâm hồn, đã soi rọi ánh sáng vào đời con sau 37 năm u uất, và họ mãi mãi in bóng trong sự nghiệp văn chương của Phương Tấn. Con luôn luôn nhớ đến họ, biết ơn họ. Tên thật hay tên trên Facebook không quan trọng. Quan trọng với con là họ và con đều là những kẻ thật lòng, đem nhân cách và tâm thiện đối đãi cùng nhau.

Đến nay, mỗi lần nhắc đến Facebook con lại nhớ họ, khắc ghi trong tâm. Mỗi người một tay, đã cùng chung giúp thơ văn Phương Tấn mỗi ngày một thêm thương yêu, tỏa sáng trong lòng bạn đọc.

Con xin kể cho Mẹ nghe bốn người trong biết bao người yêu quý và giúp đỡ con trên Facebook. Một người đã mất, ba người còn lại con mãi nhớ về họ.

*** DUNG THỊ VÂN**

Thưa Mẹ, cô Dung Thị Vân trên 50 năm trước, lúc cô học lớp 10 đoạt được giải thơ, nhà trường đã tặng cô tập thơ "Khổ Lụy" của con. Cô đã cất giữ tập thơ qua bao năm thăng trầm của cuộc sống và thời thế.

Bỏ gì thì bỏ, đốt gì thì đốt nhưng tập thơ "Khổ Lụy" cô luôn giữ bên mình. Mãi đến khi định cư nước ngoài, cô bắt gặp một Facebook mang tên Phương Tấn, trong đó có in hình bìa tập thơ "Khổ Lụy". Cô hỏi và biết được con chính là tác giả tập thơ "Khổ Lụy" mà trong suốt hơn 50 năm cô đã "Gian Nan Khổ Lụy" như tựa đề một bài viết của cô đã in trên tập san Quán Văn số 96, tháng 5/2023 – Chuyên đề "Chân Dung Văn Học Phương Tấn" và trong tác phẩm: "Cảm Nhận Văn Học 1" của cô. Một ngày kia, từ Mỹ cô đã gửi qua đường bưu điện tặng lại tập thơ "Khổ Lụy" cho con. Nhờ đó, con đã đọc và tìm được nhiều bài thơ không ngờ con đã làm được như thế ở tuổi mười chín hai mươi.

Trong dịp về Việt Nam 2023, lần đầu tiên con được

gặp Dung Thị Vân tại nhà cô tại Việt Nam. Cô bé lớp 10 năm nào nay đã là một phụ nữ xinh đẹp, đoan trang, một nhà thơ có tiếng với trên 12 tác phẩm đã xuất bản, trên một trăm bài thơ được các nhạc sĩ quen tên phổ nhạc. Hai anh em chúng con nhờ mối dây vô hình không dễ có, đã kết nối từ hơn 50 năm trước nên gặp nhau đã là ruột thịt, thâm tình.

Thưa Mẹ năm 2015, cô Dung Thị Vân đã đọc bài thơ "THƯA MẸ" của con trên tạp chí Ngôn Ngữ (hải ngoại) và đã viết một cảm nhận đăng trên trang "Văn Đàn Việt" và trong tác phẩm: "Cảm Nhận Văn Học 1" của cô. Cô viết với tất cả cảm xúc, con đọc mà lòng quặn thắt:

"Bài thơ "Thưa Mẹ" được tác giả viết năm 1965, vào thời đó tôi chỉ mới 10 tuổi. Hoặc nói một cách chính xác bài thơ "Thưa Mẹ" của Phương Tấn đã ra đời đúng 50 năm (2015). Vậy mà sau 50 năm, bài thơ "Thưa Mẹ" vẫn mang một giọng thơ mới lạ trong câu từ.

Tôi không hiểu lúc viết, tác giả có trau chuốt những câu từ hay cứ liên mạch để bài thơ được thẳng thốt thành lời mà anh đã gởi tất cả tình yêu thương của một người con dành cho Mẹ.

Phương Tấn đã cựa mình đốt cháy những vần thơ trong

một tâm trạng đau thương mà tất cả đã thể hiện trong từng câu thơ anh viết:

Con sẽ thở hơi con trong vú mẹ
Tí bi ai khẽ động mé chân đời
Chim lẻ bạn chơi mỗi mình quạnh quẽ
Chạm tiếng kêu ngại Chúa cũng chơi vơi.

Cuộc đời với những vật vã lo toan lắm khi đưa đẩy con người đến chỗ cô đơn, khổ đau không cùng. Tác giả đã ví von sự lặng lẽ buồn tênh của đời mình như con chim lẻ bạn quạnh quẽ và đìu hiu. Đến một lời kinh cầu nguyện mà Phương Tấn cũng nghĩ rằng Chúa chẳng thể nào ban cho mình được.

Và với thế sự thăng trầm, sao cùng một màu da, cùng một tiếng nói mà vẫn tương tàn (Tương tàn kia bòn mót hết xương da). Những bi thương ai oán của cuộc đời là thế. Thôi thì quên đi những gì ta đã đi qua. (Con lột mũ cởi giày và tháo mép / Những chua ngoa xin mắc lại cho đời). Tác giả đã tháo bỏ hết để trở về với Mẹ. Và không ai có thể chở che đời mình bằng hơi ấm của Mẹ.

Phương Tấn đã khua khoắng nỗi niềm và chắt chiu con chữ bằng chính hơi thở của mình trong dòng sữa Mẹ hiền.

Nay trở ngựa rầu rầu qua lưng mẹ

Thân cũng tàn con gõ lấy mà chơi.

Nỗi buồn theo sau nỗi đau của từng câu thơ lập lại mà không còn gì để viết, để nói và để buồn hơn thế nữa. Tay mỏi chân chồn? Có thể và không thể. Những sắc những không trong câu thơ là gì mà Phương Tấn đã dồn hết yêu thương để trở về với Mẹ. Hiểu được những gian nan những khổ đau mà Mẹ đã chắt chiu cả cuộc đời dành cho mình không ngoài nuôi con khôn lớn. Tất cả đã đi qua... điểm dừng của người con vẫn luôn là hình ảnh của người Mẹ.

Đọc thơ Phương Tấn chúng ta luôn se thắt những câu từ mà hình tượng như đang trước mắt. Với tôi, tôi rất thích những câu từ trong thơ của anh. Vì nó đã làm nhói lòng tôi kể từ khi đọc thơ Phương Tấn lúc tôi còn lơ ngơ và ngây thơ trước những ngôn từ trong thơ của anh cho đến lúc ngộ.

Mẹ so đũa gắp lòng reo trong mắt
Gắp một đời rót xuống chén cơm con..."

*** NGỌC LIÊN**

Thưa Mẹ, đầu năm 2016, cô Ngọc Liên gửi tặng con một bài thơ của cô và một bức ảnh do cô chụp, cả hai đều mang tên *"Giọt Xuân"*, con rất thích. Qua Facebook, con biết ngoài giám đốc sáng lập một

Công ty, cô còn làm giám đốc một bộ phận của Hàn Quốc tại Việt Nam.

Thưa Mẹ, sau bài thơ *"Giọt Xuân"* cô còn làm nhiều thơ tặng con. Đặc biệt, mỗi bài thơ của con post trên Facebook đều được cô bình luận, chép ra và phổ biến trong bạn bè ở sở làm, ở câu lạc bộ thơ văn mà cô tham gia, ở công viên mà cô tập dưỡng sinh mỗi sáng. Cô thường kể cho con nghe về việc "phổ biến" và sự "đón nhận" các bài thơ Phương Tấn từ bạn bè của cô. Mỗi lần kể, qua những dòng chữ chia sẻ con đoán cô vui lắm.

Đầu năm 2018 sau một chia sẻ thật chân tình, con ngạc nhiên không còn thấy cô vào "Facebook Phương Tấn" và Facebook của cô cũng bị xóa trắng. Ngày tháng vẫn trôi và cô thì bặt tăm. Bỗng dưng một đêm, con tình cờ đọc được status của cô không để ngày tháng, không gắn ảnh avatar và tên người dùng Facebook: *"Chào Anh Phương Tấn. Em Ngọc Liên, lâu lắm rồi kể từ lúc Facebook của em bị phá. Em đã rơi xuống vực sâu... nay em lại vượt lên được. Buồn vì không biết cách nào để được đọc thơ của Anh. Đành chúc Anh mãi bình an ngày sau, ngày sau nữa... như những ngày đã qua. Quý trọng anh Phương Tấn."* Con thẫn thờ, cầu mong cô bình yên.

Tháng 4 năm 2018, con bị Hacker chiếm đoạt "Facebook Phương Tấn". Tháng 6 năm 2018 con mượn Facebook của một người bạn và thử gõ tên cô. Vui mừng khi thấy ảnh cô, tên cô. Cô đã mở lại Facebook nhưng cô đã khóa "Facebook Phương Tấn". Bài mới nhất của cô trên Facebook để ngày 20 tháng 5 năm 2018 là bài thơ *"Hoàng Hôn Đen"* với dòng tự sự của cô: *"Mùa mưa nơi này thực sự bắt đầu, kèm theo những sấm sét và giông tố. Như cuộc sống của tôi là những ngày luôn cố gắng đến mệt mỏi... vô cùng mệt mỏi!"*

Đã hơn một tháng sau khi bài thơ *"Hoàng Hôn Đen"* được post lên, cô không vào Facebook. Mãi sáng ngày 2 tháng 7 năm 2018 giờ Cali khi con vừa vào Facebook của cô, chợt thấy bảng "CÁO PHÓ" thật lớn có in ảnh của cô. Cái ảnh mà ngay ngày đầu tiên cô đã dùng làm avatar khi kết bạn với con. Tim con đập mạnh, nước mắt trào ra. Cô đã bỏ trần gian, bỏ con, bỏ chúng ta mà đi vào 14 giờ 15 phút ngày 2 tháng 7 năm 2018 giờ Việt Nam vì bệnh Bạch cầu cấp tính dòng lympho.

Bây giờ thì con đã thấu hiểu và thương quá câu nói của cô: *"Em đã rơi xuống vực sâu"*. Cô đã tự mình chịu sự khổ đau cùng cực đó, bèn khóa "Facebook Phương Tấn".

Thưa Mẹ, thứ Ba ngày 23 tháng 10 năm 2018 lúc 18 giờ 23 phút (sau 3 tháng 21 ngày, tính từ ngày cô mất) một status hiện lên tên cô trong Facebook của con. Đến nay con vẫn không hiểu tại sao? Kì diệu quá! *"Ngọc Liên chúc anh Phương Tấn thành công trên con đường sáng tác và thực hiện được tâm nguyện của mình. Anh sẽ cho ra đời những đứa con tinh thần mang đậm âm hưởng dân tộc. Em luôn dõi theo bước chân anh"*.

Và càng lạ lùng hơn khi viết những dòng này, con vào lại Facebook của Ngọc Liên. Bên cạnh bài thơ cùng bức ảnh, cả hai đều mang tên: *"Giọt Xuân"* mà cô đã tặng con là một status duy nhất của cô viết cho con để ngày 14 tháng 1 năm 2016 mà con chưa hề được thấy, được đọc trước đây bao giờ: *"Anh Phương Tấn, một ngọn đuốc sáng của thế hệ đàn anh và một trái tim sống đẹp. Ngòi bút báo chí, văn, thơ tuyệt vời. Ngọc Liên quý trọng và ngưỡng mộ"*.

Thưa Mẹ, con đã thẫn thờ, tâm can quặn thắt. Hồn vía như để lạc nơi đâu. Con nhớ mãi 2 câu thơ trong bài thơ *"Giọt Xuân"* mà Ngọc Liên đã tặng con trong ngày đầu Xuân 2016 mà con rất thích, thích lắm: *"Tiên tửu say mềm lại rót / Vì xuân xin cạn chén chờ..."*

*** BÙI MỸ DUNG**

Thưa Mẹ, cô Bùi Mỹ Dung là tác giả tuyển tập thơ văn *"Người Đàn Bà Trong Đêm"* và có mặt trong *"108 Nhà thơ, Nhà văn Việt giữa thế kỷ 20"* do nhà thơ Ngô Nguyên Nghiễm biên khảo, Nhà xuất bản Hội Nhà Văn ấn hành. Cô kết bạn cùng con năm 2015 ngay những ngày đầu tiên con lập Facebook.

Có lẽ cuộc đời thấm đậm đắng cay và nước mắt sau bao nghịch cảnh của gia đình ngay từ ngày còn bé đến khi lập gia đình nên cô sống gần như khép kín. Con quý trọng cô qua thơ văn và qua cung cách sống thầm lặng cùng nụ cười thật hiền dịu, chứa chan bao dung của cô giữa đời thường.

Cô yêu thơ con từ nhiều năm, đã cảm nhận và chia sẻ cùng con hầu hết các bài con viết về Mẹ, trong đó có bài thơ *"MẸ NGỦ NGOAN CON THƯƠNG"* cô viết thật sâu lắng con nhớ mãi Mẹ à:

"MẸ NGỦ NGOAN, CON THƯƠNG. Mới đọc tựa bài thơ đã khiến người đọc thắc mắc và cảm thấy có điều gì đó nghịch lý. Tôi cũng vậy. Đó là điều đặc biệt trong thơ của nhà thơ Phương Tấn. Ông là một nhà thơ rất chuẩn mực và cẩn trọng nên chắc chắn

từng câu chữ đã được chắt lọc kỹ càng. Những ngôn từ lạ lẫm của ông là lực hút cho ta phải đọc đi đọc lại. Đọc để xem ý ông muốn thể hiện điều gì trong bài thơ.

Mẹ ngủ ngoan. Vì sao? Có lẽ giấc ngủ Mẹ chưa bao giờ bình yên. Giấc ngủ Mẹ luôn bị khuấy động bởi vô vàn những lo toan trăn trở khi phải một mình chèo chống giữa bể đời đầy bão tố phong ba và giữa cuộc chiến phi lý triền miên kéo dài bao năm thì làm sao Mẹ có thể ngủ ngon. Đêm sẽ là lúc mà người đàn bà dù cứng cỏi can trường đến đâu cũng trở nên mềm yếu. Khi một mình đối diện với bóng đêm cũng là lúc người đàn bà đối diện với chính mình. Bao cảm xúc sẽ không còn kìm nén mà mặc nhiên tuôn tràn theo những giọt nước mắt ra ngoài để vơi bớt bao tâm tư muộn phiền - Đàn ông đi biển có đôi Đàn bà đi biển mồ côi một mình. Câu nói của người xưa quả không sai. Người phụ nữ phải vượt cạn một mình là một nỗi buồn đau cô đơn đến tận cùng. Và có lẽ... những giọt nước mắt lặng lẽ hoặc những tiếng nức nở từng đêm của Mẹ đã khiến trái tim bé bỏng của thai nhi quặn thắt, xốn xang. Trái tim bé nhỏ cũng thổn thức theo từng tiếng nấc như cảm nhận được nỗi đau của Mẹ. "Mẹ ngoan đừng khóc nữa". Tiếng thì thầm non nớt và thiêng liêng của thai nhi là nguồn động lực vô biên cho người Mẹ có thể lau khô những giọt nước mắt để tiếp tục đứng dậy bước đi trên cuộc hành trình dài thăm thẳm.

Yêu Mẹ. Trên thế gian này thử hỏi có mấy ai không yêu Mẹ. Nhưng để cảm nhận được nỗi đau buồn của Mẹ từ khi còn là một thai nhi như nhà thơ Phương Tấn thì chắc chắn rất hiếm. Mẹ là người ông yêu và tôn kính nhất trên cõi đời này. Chưa bao giờ Ông nguôi quên thương nhớ Mẹ dù trong bất kỳ hoàn cảnh nào. Với tình yêu như thế thì câu thơ "Mẹ ngủ ngoan, con thương" không còn là nghịch lý, không còn xa mà rất gần gũi, không còn bên ngoài mà là bên trong máu thịt những người con biết yêu Mẹ của mỗi chúng ta: "Ôi, con thèm đi học / Như khi còn thai nhi / Thầm thì trong bụng Mẹ / Mẹ ngủ ngoan, con thương!"

Cảm xúc từ một câu thơ đang tràn ngập trong tôi. Vâng. Tôi cũng đã từng thì thầm như thế nơi mộ Mẹ. Chỉ khác là nước mắt Mẹ đã thôi rơi mà là nước mắt của tôi rơi trên mộ phần. Vâng. Chúng ta hãy thì thầm như thế "MẸ NGỦ NGOAN, CON THƯƠNG" ngay khi Mẹ còn nghe được. Đó chính là câu nói mà bất kỳ người Mẹ nào cũng muốn nghe từ con mình. Xin cảm ơn nhà thơ Phương Tấn đã cho chúng ta thấu cảm được tình mẫu tử thiêng liêng nhường bao".

*** CÔNG HUYỀN TÔN NỮ QUI HỒNG**

Thưa Mẹ năm 2021, khi đạo diễn Lê Cung Bắc mất, con có viết một tâm bút ngắn ở Facebook về những năm chúng con sinh hoạt chung trong phong trào Du Ca Biên Hòa. Nhà giáo Quy Hồng có vào chia buồn và cho biết cô học cùng Viện Đại học Đà Lạt nhưng khác khoa và sau anh Lê Cung Bắc hai năm.

Từ đó, cô thường vào cảm nhận và chia sẻ qua một số thơ văn của con mà cô thích. Những cảm nhận của cô thật sâu lắng, mổ xẻ những ngóc ngách trong thơ con chứng tỏ cô hiểu ý từng khổ thơ, bài thơ của con, không theo cảm tính hoặc khuôn mẫu nào.

Thưa Mẹ, cô Quy Hồng tên thật là Công Huyền Tôn Nữ Qui Hồng sinh tại Huế, dòng dõi Tuy Lý Vương. Cha mẹ và anh chị em trong gia đình đều theo nghiệp văn. Cô đã học Văn Khoa tại Viện Đại học Đà Lạt. Dạy học trước 1975 tại Cam Ranh, sau 1975 tại Sài Gòn. Hiện nay cô sống an nhàn tại Úc Châu, bên gia đình của cô con gái duy nhất. Cô lấy việc sáng tác thơ văn làm niềm vui.

Con và cô đồng thuận là anh em ruột từ những

ngày đầu tiên chúng con quý trọng nhau. Cô hiền hậu, đoan trang, cần mẫn và khó tính trong việc biên tập thơ văn cho con. Khó tính từ dấu phẩy, dấu chấm, gạch ngang cho đến những comments đôi khi con viết cho những facebookers trên Facebook của con, theo cô là quá đà, không mực thước, không giống "Lạc Đà Từ Tốn" như tên Rừng của con trong Hướng Đạo.

Gần đây, trong một Email, cô viết làm con đỏ cay cả mắt, nước mắt nhòe nhoẹt trên bàn phím, xúc động quá đỗi: *"Lỗi này, Quy Hồng đã chỉnh hơn một lần mà anh Phương Tấn không nghe. Lỡ đâu em gái của anh bị đột quỵ hoặc đột tử, lấy ai nhắc anh trai những lỗi nhỏ ấy?"*

Thưa Mẹ, lời nhắc nhở của Quy Hồng làm con nhớ mãi một cảm nhận và chia sẻ sâu lắng, hết sức chân tình của cô qua bài viết của con: *"HÒA BÌNH, EM NGHE KHÔNG HÒA BÌNH?"* mà con nhận được vào đêm Giao thừa Xuân Nhâm Dần 2022:

"Chỉ với một lá thư được trích từ tập bút ký HÒA BÌNH TA MƠ THẤY EM, người ta đã có thể hiểu được tâm tư của một người trai thời chiến - một người mà lý tưởng luôn dẫn bước trên những con đường dẫy

đầy khổ đau để đến với những người cùng khổ vì chiến nạn.

Không dễ gì tìm được bạn đồng hành nên nhiều khi chàng trai ấy cảm thấy "cô đơn tuyệt cùng" hoặc "trong nỗi chua xót đang nói, trong niềm cô liêu đang viết".

Thế nhưng, trên tất cả, anh ấy đã được "Mẹ dìu đắt và ơn trên phù hộ" tinh thần, đến nỗi "những lời Mẹ dạy, con thuộc nằm lòng".

Một người Mẹ phải như thế nào để con trai của bà có thể vững bước với tinh thần bi - trí - dũng của Phật giáo? - Một người thường viết thư cho con đang ở xa vạn dặm để nhắc nhớ về thành phố quê hương: "Đà Nẵng là thành - phố - hy - vọng của những người cùng khổ ..." Nhắc nhớ con "phải yêu thương kẻ khác như chính mình. Phải giữ tâm trí trong sáng, ý chí mạnh mẽ và việc làm hữu ích cho chính mình và xã hội". Một người mẹ hằng đọc kinh Samvuttanikaya đến nổi con trai mãi nhớ lời Đức Phật với chúng đệ tử.

Tình mẹ con của họ thật thắm thiết, đáng yêu: "Con đã nhảy xuống xe, chạy vội đến ôm lấy Mẹ. Hình như Mẹ đã gầy đi hơn hai năm trước. Mẹ đã không cầm được nước mắt và không thốt được thành lời".

Chàng trai ấy không những yêu kính mẹ bởi sự dạy dỗ nhẹ nhàng mà thấm đẫm tâm hồn, anh còn có một niềm hãnh diện ngầm về dáng vẻ nền nã quí phái của mẹ: "Mẹ ơi! Xe chưa dừng, con đã thấy Mẹ mặc chiếc áo ngắn màu hồng đất, cổ đeo xâu chuỗi ngọc xanh mướt mà Mẹ rất quý, đứng lóng ngóng ở cửa lớn trông ra đường".

Thật không ngạc nhiên khi cuối đời thi sĩ Phương Tấn có "nhiều đêm chưa tỉnh giấc và cả ban ngày đang làm việc tự dưng kêu lên: "Mẹ ơi!" từ vô thức, chứ không phải một hình bóng giai nhân nào!"

34.
DẠT BÊN ĐỜI CHỈ CÓ BÓNG VÀ TA

Thưa Mẹ, tháng 11 năm 2018, con vừa đăng lên Facebook *"Dạt Bên Đời Chỉ Có Bóng Và Ta"* - một bài thơ con làm năm 27 tuổi (1973) đã trên 47 năm thì ngay sau đó con nhận được một "cảm nhận" của nhà phê bình, nhận định thơ Nguyễn Xuân Dương ở Bắc Ninh gửi cho. Một cảm nhận sâu lắng, lột tả được phần nào tâm trạng của con. Ông viết:

"E ta ngã giữa xó đời chật chội
Trong sớm xuân bên cỏ lá đìu hiu
Mắt không vuốt để nhìn ra trăm cõi
Chốn ta bà sao quá đỗi hoang liêu.

Đây là khổ thơ cuối trong bài thơ "Dạt Bên Đời Chỉ Có Bóng Và Ta" của nhà thơ Phương Tấn. Chỉ một khổ thơ mà đã là tất cả những nghiệt oan, đen bạc, mong manh và bé nhỏ của phận kiếp con người.

Sao không ngã xuống trên cái giường đã gắn bó với mình cả cuộc đời, không ngã xuống trong vòng tay người thân và bè bạn mà lại ngã xuống giữa xó đời. Đã xó đời rồi còn bủa vây thêm cái chật hẹp. Lẽ nào? Vâng lẽ nào cuộc đời này, cõi thế này lại hoang liêu, lạnh lẽo thế này sao? Chỉ một chỗ nằm cho kẻ giã từ cuộc sống cũng không còn. Sao vẫn còn nghiệt ngã cả với những người không còn bon chen hơn thiệt nữa trong đời.

Cái thời khắc con người ngã xuống là "Trong sớm xuân." Nói đến mùa xuân là nói đến mùa của sinh sôi, của hoa thơm và lá biếc trên cành. Nhưng với Phương Tấn thì không như thế! Mà đây là một sớm xuân hiu hắt, một sớm xuân quạnh vắng nhất, chỉ có những lá cỏ đìu hiu đỡ lấy tấm thân gầy. Có lẽ nào mùa xuân cũng khắc bạc với kiếp phận con người vậy sao?

Cổ nhân đã dạy "Khép mắt xuôi tay". Nghĩa là con người khi chết là hết và đôi mắt vĩnh viễn khép lại rồi. Chết mà không nhắm mắt là một cái chết hãi hùng nhiều oan trái. Không có ai vuốt mắt, hay không muốn ai vuốt mắt để vẫn nhìn cho thấu cõi ta bà hoang liêu mãi mãi?

Có thật trong đời đã và sẽ có những người ngã xuống như thế này sao?"

Và thưa Mẹ, con thật ngạc nhiên cũng ở bài thơ *"Dạt Bên Đời Chỉ Có Bóng Và Ta"*, khổ thơ cuối của bài thơ, nhà phê bình, nhận định thơ Châu Thạch ngày 30/5/2023 đã viết trên trang mạng haibogiay.net:

"Khổ thơ cuối là khổ thơ tác giả bộc lộ hết tâm hồn mình, một tâm hồn hy sinh như Thiên Chúa chết trên cây thập giá, một tâm hồn từ bi như Đức Phật rời ngai vàng để mở con mắt trí tuệ của mình nhìn ra trăm cõi. Tôi không nói Phương Tấn là Chúa là Phật, tôi nói thơ Phương Tấn trong đau thương mang tinh thần thâm sâu của triết thuyết vị tha làm đẹp cho thơ mình!

E ta ngã giữa xó đời chật chội
Trong sớm mai bên cỏ lá đìu hiu
Mắt không vuốt để nhìn ra trăm cõi
Chốn ta bà sao quá đỗi hoang liêu.

Thánh Phê - Rô của đạo Thiên Chúa khi bị đóng đinh trên cây thập giá, ông yêu cầu đóng đinh mình quay đầu xuống để nhìn trần gian. Thơ của Phương Tấn yêu cầu khi ngã xuống giữa xó đời, đừng ai vuốt mắt để nhìn ra trăm cõi. Thánh và người, không ai tiếc sự sống của mình nhưng muốn mở mắt nhìn đời để bày tỏ tình yêu, yêu thế gian vô đối."

35.
PHƯƠNG TẤN, TÁC GIẢ & TÁC PHẨM

Thưa Mẹ, trước năm mười bốn tuổi (1960) con đã có thơ đăng trên tuần báo Tuổi Xanh. Năm mười lăm tuổi có thơ đăng trên tạp chí Gió Mới, Phổ Thông và lan rộng trên các tạp chí, tuần báo, nhật báo ở miền Nam. Ngoài thơ, con còn năng khiếu đóng kịch hài thời tiểu học, viết kịch thơ thời trung học cho các bạn trong trường diễn.

Với con thơ không là hình tướng. Thơ chính là tâm hồn, là máu huyết, là cảm xúc, là ngôn ngữ rất thật của chính con. Con không là nhạc sĩ, tiết tấu và nhịp điệu có trong thơ vì đó là thơ. Con không là văn sĩ, mảnh đời và tâm trạng có trong thơ vì đó là thơ. Con không là họa sĩ, màu sắc là sắc màu của nội tâm và cuộc sống vì đó là thơ. Con không là nhà viết sử, thơ oằn mình đớn đau cùng quê hương điêu linh vì đó là thơ. Đừng hỏi con thơ là gì vì đó là thơ. Con cảm xúc, thoát hồn và ngôn ngữ thơ tràn ra giấy... vì đó là thơ, THƠ PHƯƠNG TẤN.

Thưa Mẹ, con làm thơ rất nhanh. Khi cảm hứng, đề tài hiện ra trong đầu, một lúc cầm bút, thơ sẽ chạy ra giấy. Không có giấy lấy bút ghi ngay trong lòng bàn tay, cánh tay, cẳng chân. Dù trong nước hay ở nước ngoài, dù ngoài đường hay ở trong nhà, dù trên xe buýt hay nằm trên giường cũng vậy. Nhiều người ngạc nhiên chăm chú ngó khi thấy con đang đi dừng lại viết viết, ghi ghi, chép chép đầy cả hai lòng bàn tay, cánh tay... Mặc kệ!

Con còn nhớ năm 1974 chiến tranh Việt Nam

bùng phát dữ dội. Sau trận hải chiến, ngày 19 tháng 1 quần đảo Hoàng Sa bị Trung Cộng chiếm đóng. Đêm đêm, con nằm nghe pháo kích ào ạt dội xuống phi trường Biên Hòa cùng tiếng đạn rào rào trên mái tôn nơi ngôi trường con dạy đến quen tai.

Có một đêm mệt quá con thiếp đi. Trong giấc ngủ, lạ quá con không hề thấy chiến tranh, khổ nạn, tương tàn. Ngược lại, con thấy một giấc mơ hòa bình như Mẹ và con hằng mơ ước bao năm. Một giấc mơ mà ngay đó, khi giật mình dậy giữa cơn mưa pháo kích và tiếng đạn rào rào trong khuya, con cầm bút, chữ tuôn trào ra giấy. Con cứ ngỡ mình đang cầm giấy để hứng thơ. Con cắt thơ làm 2 bài: *"Con Trâu Cười, Ướt Nắng Đứng Trông Xuân"* và *"Chúng Ta Đến Theo Mặt Trời Vừa Nở"*. Hai bài thơ này con đã đọc cho Mẹ nghe ngay trong ngày miền Nam bị mất và hai mẹ con cùng khóc.

Gần đây nhất khi con viết một lúc 18 bài lục bát cùng mang tên *"Bướm Hót Giữa Lòng Thế Gian"* liền gửi cho nhà thơ Xuân Thao bạn thân của con xem. Xuân Thao không đồng ý câu nào, đoạn nào, con thay ngay khỏi chỉnh sửa vì đang cảm hứng. Hai anh em thường trao đổi thơ văn thật tâm đắc. Nay

Xuân Thao đã mất.

Khi xưa con làm thơ trong sổ tay, vở học trò, giấy nháp, bất cứ cái gì có thể viết được. Vài hôm mở ra xem lại, nếu không có gì chỉnh sửa thì để đó hoặc gửi đăng báo. Sau thời gian cất giữ ở đâu đó có thể bị thất lạc hoặc quên mất. Con không còn nhớ thơ nào là thơ của mình và mình để ở đâu. Nay nhờ có computer lưu thơ vào file vào usb, thời gian sau cũng không nhớ file nào, usb nào.

Tháng 5/2023 mới đây, con đã hết hồn, kinh ngạc khi thấy một bài thơ mang tên "*Trăng*" của Phương Tấn được nhà phê bình, nhận định thơ Châu Thạch cho biết ông đã lấy trên luanhoan.net, bài đăng từ nhiều năm và ông đã viết một bài nhận định rất sâu sắc, công phu được một số trang web văn chương đăng lại. Trời ơi, nội dung bài thơ "*Trăng*" có nhiều câu giống, nhiều câu không giống nhưng cùng một âm điệu, một giọng thơ của bài thơ "*Dạt Bên Đời Chỉ Có Bóng Và Ta*" - con làm năm 27 tuổi, đã trên 47 năm vừa post lên Facebook được nhà phê bình, nhận định thơ Nguyễn Xuân Dương ở Bắc Ninh gửi cho một cảm nhận sâu lắng, lột tả được phần nào tâm trạng của con. Con chẳng hiểu bài nào làm trước, bài nào làm sau và tại sao lại giống đến thế?

36.
NHỮNG NGỌN NẾN SẼ ĐƯỢC THẮP LÊN THEO NGUYỆN ƯỚC

Thưa Mẹ, 12 tác phẩm cả văn lẫn thơ của con sẽ được xuất bản nối đuôi sau 4 tập thơ: "*Di Bút Của Một Người Con Gái* (xuất bản 2017, tái bản 2019), *Lục Bát Phương Tấn* (xuất bản 2018, tái bản 2023), *Lung Linh Tình Đầu* (2023), *Thơ Phương Tấn - Tuyển tập 1* (2023)" đã được NXB Nhân Ảnh xuất bản. Đầu năm 2024, con sẽ in "*Tuyển tập thơ văn Thưa Mẹ*" gồm thơ và những trang bút ký rời gửi Mẹ mà con ấp ủ từ bao năm. Tiếp đó là những cuốn: "*Vớt Bình Minh Trong Đêm* (thơ), *Chết Sững Giữa Cơn Mơ* (thơ), *Những Ngọn Nến Trong Cõi Ta Bà* (văn), *Hòa Bình Ta Mơ Thấy Em* (văn), *Những Kẻ Xa Lạ Bỗng Chốc Hóa Thân Quen* (văn), *Đà Nẵng - Máu, Nước Mắt & Tôi* (văn), *Phương Tấn - Bạn văn, Báo chí, Dư luận* (văn)".

Những ngọn nến sẽ được thắp lên theo nguyện ước. Và như con đã tỏ bày cùng Mẹ: Ở tuổi này, con không còn đôi cánh lý tưởng để bay. Không còn đôi chân tương lai để chạy. Chỉ còn hiện tại để đi. Đi rất chậm, chỉ mong đi chắc và không lạc đường. Mẹ ơi! Mẹ luôn bên con và phù hộ cho con.

37.
CỘNG ĐỒNG ƠI, HÀ CỚ GÌ...

Thưa Mẹ, khi định cư tại Mỹ con không chọn một tiểu bang ít người Việt như gia đình con mong muốn, con chọn Orange County (quận Cam) thuộc miền Nam bang California, nơi người Việt tị nạn đông nhất ở hải ngoại để sinh sống. Con được biết hiện có khoảng 1.800.000 người Việt sinh sống trên đất Mỹ. Trong đó, tiểu bang Cali chiếm khoảng 37.3%. Riêng Orange County có khoảng 135.000 người Việt gồm các thành phố Westminster, Garden Grove và một phần của Santa Ana mà nhiều người Việt quen gọi là thủ đô của người Việt tị nạn. Ngày 17 tháng 6 năm 1986, thị trưởng Westminster là Chuck Smith làm lễ khánh thành đặc khu Little Sài Gòn trước thương xá Phước Lộc Thọ. Từ đó nhiều thương xá, nhiều công ty thương mại, nhiều nhà hàng, nhiều siêu thị, nhiều văn phòng luật sư, bác sĩ, nhiều ngành truyền thông, báo chí kể cả ngành âm nhạc, kịch nghệ, thẩm mỹ, hội đoàn võ thuật, lân sư rồng... của người Việt được lập nên, được mở ra ngày càng nhiều nhằm phục vụ cộng đồng người Việt và cả người nước ngoài.

Hãy nhìn vào lớp người Việt sinh tại Mỹ và sinh tại Việt Nam nhưng qua Mỹ khi còn nhỏ - phần lớn đều thành đạt và thành công ở nhiều lãnh vực trong xã hội mới. Hãy nhìn vào cuộc hành trình vượt biên, di tản đầy máu, nước mắt và gian khổ của hàng triệu người Việt đi tìm tự do từ năm 1975. Có thể nói, người Việt có tỷ lệ hòa nhập và phát triển cao nhất trong các sắc dân nhập cư trên đất Mỹ. Có rất nhiều người Việt là phi hành gia, khoa học gia, chính trị gia, viên chức cao cấp ở tòa án tiểu bang, liên bang, sĩ quan cấp tướng trong quân đội Mỹ, còn bác sĩ, kỹ sư, dược sĩ, luật sư thì quá nhiều và bình thường như những căn nhà hàng triệu USD và tỷ phú người Việt trên đất Mỹ. Tất cả đã làm vẻ vang nước Mỹ, thế giới ngưỡng mộ và người Việt tự hào.

Chỉ tiếc. Vâng con chỉ tiếc cộng đồng người Việt ở Mỹ, đặc biệt là miền Nam Cali hiện nay mà con có dịp xâm nhập vào các hội đoàn, các lễ hội, đến các hãng xưởng, các nơi làm ăn của người Việt kể cả nghề dạy lái xe, nghề nail, nghề cắt cỏ, làm vườn, cho đến những trường dạy ESL (English as a Second Language Programs – tiếng Anh như ngôn ngữ thứ hai, không phải tiếng mẹ đẻ) và nhận ra một điều thật – cộng đồng người Việt mình nhìn chung thiếu đoàn kết. Ai cũng tự nhận mình là người yêu nước, là đúng nhất, là giỏi nhất còn đối phương là giặc, là kẻ thù, là sai trái, là thấp kém. Giặc đủ kiểu đủ loại. Kẻ thù đủ loại đủ kiểu. Sai trái đủ màu đủ sắc. Thấp kém thì đủ sắc đủ màu. "Văn hóa chửi" hay còn gọi là "văn hóa ứng xử thiếu văn hóa" được sử dụng ở mọi diễn đàn. Mỗi ngày mở email, thấy hàng trăm thứ độc hại này ùa vào.

Các tổ chức cộng đồng người Việt hiện nay không còn tạo được niềm tin ở người Việt hải ngoại như nhiều năm về trước. Nhiều người Việt tài năng đã không ngại đóng góp chỉ mong giúp đỡ cộng đồng, nhưng rồi cũng đành bỏ đi hoặc từ chối tham gia vì không muốn bị bôi đen tên tuổi. Độc hại hơn, vài năm gần đây trong cộng đồng người Việt thấp thoáng có những bóng ma của cộng sản len lỏi vào, khuấy động thêm sự nghi kỵ, chia rẽ nhau.

Đất nước chúng ta triền miên trong chiến tranh, người Việt chúng ta triền miên trong khổ đau, nay chúng ta cùng là những kẻ lưu vong, hà cớ gì còn lấy những lời hiểm độc, những việc làm quái ác cứa vào tim nhau. Sao chúng ta không lấy sự hiểu biết, lòng bao dung và sự hòa ái mà đối đãi và đùm bọc cho nhau để "người Việt chúng ta vui buồn có nhau" ở xứ người, và hơn hết luôn luôn tự hào mình là người Việt Nam?

38.
LÒNG TA TA BIẾT CHÍ TA TA HAY

Còn hoạt động văn học nghệ thuật ở Mỹ thì sao? Thưa Mẹ, nhiều năm về trước, khi con chưa định cư nghe nói rầm rộ lắm nhưng nay không khí văn nghệ ở đây thật là hiu hắt. Ngó qua ngó về, ở Mỹ con chỉ thấy có 2 tạp chí Văn học Nghệ thuật là "Thư Quán Bản Thảo" vùng New Jersey ra hai tháng một số chỉ tặng không bán của nhà văn Trần Hoài Thư, thực hiện hoàn toàn bằng phương pháp thủ công. Tiếc thay, nay nhà văn Trần Hoài Thư có nhiều khó khăn vì bệnh nên "Thư Quán Bản Thảo" không còn định kỳ. Vùng Nam California, có tạp chí "Ngôn Ngữ" ra 2 tháng một số do nhà thơ Luân Hoán chủ trương. Tạp chí "Ngôn Ngữ" hiện nay mỗi lúc một khởi sắc. Không những phát hành ở hải ngoại mà còn cả trong nước. "Ngôn Ngữ" hiện là mảnh đất văn chương tự do hiếm quý của người Việt cầm bút trong và ngoài nước. Bên cạnh tạp chí "Ngôn Ngữ" còn có Nhà xuất bản "Nhân Ảnh" do nhà thơ Lê Hân em ruột của nhà thơ Luân Hoán điều hành. Nhà xuất bản "Nhân Ảnh" nhận in sách của văn nghệ sĩ Việt Nam trong và ngoài nước; số tác phẩm được xuất bản mỗi ngày một phát triển.

Riêng giới sáng tác thì mạnh ai nấy hoạt động, chẳng có gì gọi là chung ngoài mấy trang Blog, trang Web không có mấy người đọc. Về tác phẩm, có người đã in trên 50 tác phẩm, có người đôi ba cuốn và có người chưa thấy cuốn nào mà tuổi đều trên dưới 70. Anh em văn nghệ cầm bút người Việt ở khắp các nước. Riêng nước Mỹ trải rộng 50 tiểu bang. Tập trung nhiều nhất ở vùng Nam California. Nhiều người có tiếng tăm thì lần lượt qua đời, người mới với bút hiệu lạ lẫm con chẳng biết ai, quen ai.

Từ nhiều năm con chỉ được gặp hoặc nghe tên một số anh chị mà con biết trước 1975, nay chỉ lai rai "cầm bút, cầm cọ" hoặc đã gát bút, gát cọ không còn mặn mòi như: Nhã Ca, Trần Dạ Từ, Viên Linh, Đặng Tiến (đã mất), Nguyễn Vy Khanh, Vũ Uyên Giang, Luân Hoán, Lê Hân, Du Tử Lê (đã mất), Trần Yên Hòa, Phan Xuân Sinh, Cung Tích Biền, Vương Trùng Dương, Trần Hoài Thư, Phạm Văn Nhàn, Phạm Quốc Bảo, Bùi Hồng Sĩ (đã mất), Tôn Nữ Thu Dung, Quyên Di, Lưu Như Hải (đã mất), Nguyễn Đức Bạt Ngàn (đã mất), Uyên Thao, Đức Phổ, Nguyễn Minh Nữu, Hạ Quốc Huy, Phan Ni Tấn, Phan Tấn Hải, Nguyễn Lương Vỵ (đã mất), Khánh Trường (họa sĩ), Trần Hoàng Vy, Chu Vương Miện, Lữ Quỳnh, Phạm Cao Hoàng, Thái Tú Hạp, Trần Vấn Lệ, Triều Hoa Đại, Lê Mai Lĩnh, Hoàng Xuân Sơn, Đặng Phú

Phong, Kinh Dương Vương (họa sĩ Rừng, đã mất), Bé Ký (họa sĩ, đã mất), Hồ Thành Đức (họa sĩ), Cao Bá Minh (họa sĩ), Tuấn Khanh (nhạc sĩ), Hoàng Lộc, Song Thao, Ngô Tịnh Yên, Chu Tấn (đã mất)...

Thưa Mẹ, đã qua rồi những cơn bão nghịch cảnh suốt 37 năm khổ nạn của con ở trong nước. Nhưng nay những cơn bão của bệnh tật ở tuổi già lại đến. Nó đang vật ngã con. Con đâu có thể nào vặn ngược thời gian, con phải làm gì đây ở những giây phút còn lại. Ngó lại mình, con thấy mình mệt mỏi quá. Lần đầu tiên trong đời, con thấy mình để ý đến bản thân. Con quyết định trú thân ở nước ngoài theo diện định cư. Có như thế, may ra con còn cơ hội để lại cho đời vài tác phẩm theo tâm nguyện.

Năm đầu tiên vừa định cư tại Mỹ, nhà thơ nhà văn Trần Yên Hòa đề nghị con cùng anh chủ trương một tập san Văn học Nghệ thuật mang tên "Bạn Văn", nhưng việc không thành vì thiếu sự bảo trợ về quảng cáo.

Và ba năm gần đây, nhất là sau khi con bị nhiễm trùng mắt phải vào năm 2021, bỗng dưng trầm cảm nặng nề, sức khỏe đổ dốc, con không biết mình đang cô đơn hay cô độc! Ngày ngày con cặm cụi chọn lọc, sắp xếp những bài viết cũ cùng những bài viết mới làm thành 12 tác phẩm như ước nguyện.

Như con vừa tỏ bày cùng Mẹ: Ở tuổi này con không còn đôi cánh lý tưởng để bay. Không còn đôi chân tương lai để chạy. Chỉ còn hiện tại để đi. Mong đi chậm, mong đi chắc và không lạc đường để mong thắp lên những ngọn nến là những tác phẩm nhỏ nhoi mà con hằng ấp ủ.

Những lúc não ruột con chỉ còn đọc thầm mấy câu thơ Hồ Trường của Nguyễn Bá Trác để tự an ủi mình:

Nào ai tỉnh, nào ai say,
Chí ta ta biết lòng ta ta hay,
Nam nhi sự nghiệp ở hồ thỉ,
Hà tất cùng sầu đối cỏ cây.

39.
QUÊ HƯƠNG, NIỀM VUI QUÁ ÍT NỖI BUỒN THÌ TRIỀN MIÊN

Thưa Mẹ tháng 5/2023, sau khi được bác sĩ cho biết mình bị ung thư, Thanh Xuân - vợ con mong ước được về ngay Việt Nam thăm những người thân. Chuyến đi không hề định trước. Con hấp tấp cùng Thanh Xuân về ngay quê nhà để thực hiện tâm nguyện của Thanh Xuân. Thời gian quá hạn hẹp. Những ngày của con ở quê nhà qua nhanh, niềm vui thì quá ít nỗi buồn thì triền miên.

Bên cạnh những ngày vàng lóng lánh yêu thương, đã cho con đến Sài Gòn thắp hương cho cha mẹ ở chùa Giác Uyển, ra Đà Nẵng thắp hương cho Lai Nghi, tìm lại được những người bạn miền Nam của con thời tự do ấy, nay họ đã già, ốm đau, bệnh tật như cây bút cạn mực của họ trong một chế độ cay nghiệt. Những ngày vàng ấy cho con được gặp biết bao người yêu thơ Phương Tấn...

Và một kỷ niệm đáng nhớ trong chuyến về quê nhà là nhà văn Nguyên Minh, chủ bút tập san Quán Văn đã thực hiện số Quán Văn 96 - tháng 5/2023 - chuyện đề *"Chân dung Văn học Phương Tấn"*. Buổi ra mắt, ngoài ban biên tập Quán Văn, bạn đọc, thân hữu còn có đông đảo văn nghệ sĩ miền Nam tham dự.

Thưa Mẹ, ngoài những ngày vàng lóng lánh yêu thương còn lại là những ngày vàng úa đầy xót xa khi con đi đâu ngồi đâu cũng nghe xì xào những vụ án oan sai, những tử tù nghiệt ngã, những cái chết tức tưởi ở đồn công an, tiền học không đóng nổi hàng tháng, sách giáo khoa không mua nổi hàng năm, nhà tù không còn đủ chỗ để chứa quan tham, rừng bị phá hủy, tượng đài xây cả ngàn tỉ bị bỏ hoang, sư sãi giả lộng hành, hoa hậu thi nhau bán dâm, lừa đảo, đất đai của dân lành bị cưỡng đoạt, biển đảo bị giặc chiếm. Những ngày vàng úa ấy đã cho con thấy rõ một đất nước dường như không còn luật pháp, đạo đức mất dần, giáo dục xuống cấp, tiến sĩ mua bằng tiền, tuổi trẻ hư hỏng... Con quá thương cho những cử nhân, thạc sĩ chạy xe ôm GrabBike đầy đường và lắng nghe họ trải lòng mà xót đau.

Đi đâu đến đâu con cũng nhìn, suy ngẫm và viết. Nay đọc lại sao thấy toàn nỗi buồn cho một quê hương hỗn độn, vàng úa. Nhìn ngắm Sài Gòn với những phố xá diêm dúa, những sân golf đẳng cấp, những khu nghỉ mát sang trọng, những câu lạc bộ cực ngầu... rồi nhìn vào đồng bào nghèo khổ, không nhà cửa, nạn ăn xin tràn lan, chống chọi cùng nghịch cảnh, tự dưng con buột miệng: *"Đúng là phồn hoa giả tạo!"* Và, chợt nhớ một lá thư con đã viết gửi Mẹ năm 2017, lần đầu con về lại quê hương sau nhiều năm xa cách đã thấy tệ hại, nay còn tệ hại hơn...

Thưa Mẹ, con xin gửi Mẹ bài thơ *"Trời Vào Xuân Mà Như Cuối Thu"* con đã làm ngay trên máy bay từ quê nhà trở về Mỹ - một xứ sở dẫu sống bao năm con vẫn lạc lõng, xa lạ. Dẫu sống bao năm con vẫn trầm uất, buồn đau. Thương quá, những ngày quay lại quê hương...

Mẹ ơi khi quay lại, ôi dù bao năm xa cách quê hương vẫn thủy chung như nhất, vẫn trước sau một lòng đợi chờ trong... oan khiên, tăm tối.

TRỜI VÀO XUÂN MÀ NHƯ CUỐI THU

Đò đi, nhớ quá người quay lại
Phố xá ngày xưa đã lỡ thì
Nước ngược ngỡ đâu người đi mãi
Ồ không. Nẫu ruột chuyện phân ly!

Kể chi chết sống thời tao loạn
Gươm giáo đâu chừa kẻ từ bi
Trăm họ quay cuồng cơn mê sảng
Chuông chùa thủ thỉ giọng sầu bi.

Quay lại. Đâu say mà quýnh quáng
Mò mãi không ra đất nước mình
Sớm tinh mơ như trời chạng vạng
Người nối người cứ thế lặng thinh.

Trời vào xuân mà như cuối thu
Thương Sài Gòn hiu hắt sương mù

Giả ngó lơ mà lòng nghẹn đắng
Nước mắt nhòe. Không, trời mưa thu!

40.
PHƯƠNG TẤN -
BẠN VĂN, BÁO CHÍ, DƯ LUẬN

Mẹ ơi, như con đã thưa với Mẹ ngày 20 tháng 12 năm 2016 con bị tai nạn xe, ngày 24 tháng 9 năm 2021 con phải giải phẩu mắt phải vì nhiễm trùng. Sau 3 lần gây tê, gây mê đau đớn cả hồn xác, đến nay ánh sáng cho mắt phải vẫn chỉ là một giấc mơ không tưởng.

Thưa Mẹ, con đã cố gắng hết sức, chống chọi trong ánh sáng lờ mờ của mắt trái để trải hết. Trải như trút nước những gì có thể trút ra từ trí nhớ mệt mỏi, buồn đau trong chuỗi ngày cuối đời. Và sau 2 năm, nay con xin khép lại những trang bút ký rời cùng những bài thơ gửi Mẹ bằng một trang cuối cùng, mang tên *"PHƯƠNG TẤN - BẠN VĂN, BÁO CHÍ, DƯ LUẬN"* với một ít cảm nhận trong hàng trăm cảm nhận của báo chí, nhà văn, nhà thơ... mà con mong ước được Mẹ đọc cùng con để thấy con của Mẹ được yêu quý dường nào từ năm 14 tuổi bước vào đời đến nay. Mẹ ơi, Mẹ là Đạo là Đường con đi.

01* ***Năm 1961, tạp chí Gió Mới số 6:***
NHỮNG VẦN THƠ MANG NHIỀU HƯƠNG SẮC ĐIÊN DẠI VÀ NỔI LOẠN.

"... Chính vì bị vây phủ bởi những hình ảnh thù nghịch nhưng mà lại không còn tìm được một tình thương yêu, một nơi ẩn náu cho tâm hồn, nên người trẻ tuổi của chúng ta rơi vào một cơn ác mộng hãi hùng. Trong đó, thế giới biến thành tha ma, phố phường là nghĩa địa. Thật vậy, một khi quanh mình không còn một tình thân nào nữa, thử hỏi khoảng cách biệt giữa sống và chết có ra gì? Phương Tấn đã phác họa cảnh tượng kinh hoàng ấy trong những vần thơ mang nhiều hương sắc điên dại và nổi loạn".

02* ***Năm 1961, tuần báo Văn Nghệ Tiền Phong số 129:***
AI OAN AI OÁN THAY NHỮNG TIẾNG THƠ KHÓC CHO THẾ KỶ ĐIÊU LINH.

"... Tôi có cảm tưởng nhìn thấy nét mặt tuyệt vọng của người viết những câu thơ trên. Ai oan ai oán thay những tiếng thơ khóc cho thế kỷ điêu linh.

Phương Tấn đến với chúng ta qua những tiếng đau thương ghê gớm."

03* ***Năm 1962, tuần báo Văn Nghệ Tiền Phong số 152:***

NÉT THƠ ĐẶC BIỆT CỦA PHƯƠNG TẤN.

"... Phương Tấn đã có thơ đăng trên Văn Nghệ Tiền Phong và khuynh hướng lúc nào cũng đi tìm những nguồn cảm hứng có ít nhiều kỳ lạ. Tuy nhiên lời thơ của Phương Tấn thường lại rất đơn sơ, dễ dàng. Tất cả những thứ ấy tạo thành nét thơ đặc biệt của tác giả."

04* ***Năm 1962, nhà báo Hàn Tâm,***
Tuần san Tinh Hoa số2:

TIẾNG KÊU THẤT THANH
TRONG ĐÊM KHÔNG TRĂNG SAO

"... Chúng ta đã phiêu du trong vườn thơ Thái Thị Yến Phương - thế giới rặt u sầu và đầy tội lỗi - chúng ta không thể trách Thái Thị Yến Phương quá bạo dạn nói lên sự thật của một lớp người đang bị đào thải, hay đang được lành mạnh hóa mà chúng ta chỉ nên coi Thái Thị Yến Phương như một nhân chứng. "Tiếng nói" của Thái Thị Yến Phương là tiếng kêu thương cầu cứu. Hiểu như vậy, chúng ta mới đủ tình cảm đi sâu vào tâm hồn Thái Thị Yến Phương".

05* ***Năm 1963, nhà báo Terèse Thùy Nhiên, tuần san Tinh Hoa số 11:***

SAY MÊ NHƯ NHỮNG CÂU THƠ CỦA NGUYỄN DU.

"... Thì ra chỉ có chúng ta, chỉ có những người trót "làm thân con gái" như chúng ta mới có thể thông cảm nổi, mới có thể nhìn rõ những tủi sầu của nhau. Và có một tủi nhục nhất của "kiếp đàn bà" là bán thân cho người vì hoàn cảnh, vì cuộc đời hay vì trời bắt vậy. Thái Thị Yến Phương đã diễn tả được sự thực não nề chua chát đó:

Bầy con gái ngực phơi trần
Hồn ca biển loạn môi cười yến oanh

Ôm lênh đênh xác song hành
Môi hôn rướm máu chanh vanh bãi cồn.

Chỉ bốn câu thơ đủ phác họa một cảnh lõa lồ giữa người con gái bán xác thịt với khách làng chơi. Tôi đã đọc bốn câu thơ này của Thái Thị Yến Phương say mê như những câu thơ của Nguyễn Du tả cảnh Kiều bán mình.

06* ***Năm 1963, nhà báo Người Xứ Huế, nhật báo Tự Do:***

NHỮNG ĐAU KHỔ ĐẾN DỒN DẬP.

"... ta thấy những hình ảnh con người vô lương tâm - 'bầy ác điểu' - thi nhau xâu xé đời người con gái một cách tàn nhẫn, dã man.

Những đau khổ đến dồn dập ứ đọng trong tâm hồn người con gái, làm nàng quằn quại không còn nhận ra đâu là thể xác với linh hồn. Tâm trạng ấy đã được Thái Thị Yến Phương lồng vào bức tranh tối tăm, đường nét sắc cạnh".

07* ***Năm 1966, nhà thơ Nguyễn Lệ Tuân, trong tập thơ "Quê Hương Máu Và Nước Mắt":***

TÔI KHẼ GỌI TÊN THÁI THỊ YẾN PHƯƠNG TRONG TRÍ NHỚ.

"... Cách đây 3 năm, thơ Thái Thị Yến Phương xuất hiện hầu hết trên các nhật báo, tuần báo, tạp chí. Giới văn nghệ bắt đầu chú ý đến lối thơ độc đáo của Thái Thị Yến Phương. Nhà thơ đã thể hiện được nguồn rung cảm chua xót nghẹn ngào thân phận người con gái buôn hương bán phấn.

Và tôi thật sửng sốt khi hay tin Thái Thị Yến Phương đã từ trần tại "Nhà thương thí Đà Nẵng". Vâng, một cái chết rất âm thầm và đau đớn. Thế là xong một thảm kịch của đời người. Ôi! Không còn một kiếp sống nào bi đát hơn mà người ta thường lên án: kiếp làm đĩ. Phải chăng, chiến tranh tang tóc đã làm cho xã hội tan nát, lòng người ly tán cùng cực và xô đẩy con người vào bước đường cùng".

08* ***Năm 1968, nhà báo Minh Phú, nguyệt san Quyết Thắng số 6:***

THIÊN TÀI THĂM THẲM Ở CHIỀU SÂU.

"... Trong lúc giá trị quy kết nơi hiếm hoi, cô đọng. Thiên tài thăm thẳm ở chiều sâu. Tôi nghĩ Thái Thị Yến Phương có thể thuộc vào loại sau này. Không phải ngay ở vài bài thơ. Dĩ nhiên. Nhưng khởi hành ở bài thơ thứ nhất với hơi thơ thoảng mùi gió lạ, Phương có đà để đi xa trên lối vạch ra cho mình. Và tôi tin, mong ở Phương những đợt hứng khởi tiếp theo".

09* ***Năm 1969, nhà thơ Phổ Đức tại diễn đàn CLB Phấn Thông Vàng, Sài Gòn:***

ĐÂU PHẢI AI CŨNG LÀM THƠ HAY NHƯ THÁI THỊ YẾN PHƯƠNG.

"... Hàng vạn người hỏng thi đâu phải ai cũng trở thành thi sĩ như Tú Xương. Trong số những người bị "hủi" đâu phải ai cũng làm thơ để trở thành thi sĩ như Hàn Mạc Tử. Trong số hàng triệu cô gái lầu xanh đâu phải ai cũng làm thơ hay như Thái Thị Yến Phương".

10* ***Năm 1970, NXB Người Trẻ Việt Nam, trong lời nói đầu tập thơ "Khổ Lụy":***

PHƯƠNG TẤN, MỘT KHOẢNG ĐỜI THÊ THẢM ĐẾN LẠNH NGƯỜI.

"... Khổ Lụy, tập thơ thứ hai của Phương Tấn. Hầu hết những bài trong tập này được viết trước năm 20 tuổi. Tập thơ được in ra như để thu vén một khoảng đời xót xa của quê hương, của cơn bệnh cùng sự đìu hiu tuyệt cùng của Phương Tấn, một khoảng đời thê thảm đến lạnh người".

11* ***Năm 1970, Bộ Thông Tin - Sở Phối Hợp Nghệ Thuật ra Quyết Định:***

CẤM XUẤT BẢN TẬP THƠ "KHỔ LỤY". HỒ SƠ GHI RÕ:

"... Thơ Phương Tấn chán nản vì chiến tranh, vì tang tóc, vì bị trị..." (Dù không có giấy phép nhưng tập thơ "Khổ Lụy", vẫn được nhà xuất bản "Người Trẻ Việt Nam" in và phát hành rộng rãi trong năm 1971).

12* ***Năm 1971, bán nguyệt san Phổ Thông số 241:***

ĐÊM ĐỌC THƠ CỦA MỘT NHÀ THƠ TRẺ VIỆT NAM TRÊN ĐẤT MỸ.

"... Mồng một Tết Việt Nam 1971 tại Mỹ, nhóm

"Người Trẻ Việt Nam" ở Mỹ đã tổ chức một đêm đọc thơ và phát hành tập thơ "Thơ Tình Của Một Thi Sĩ Việt Nam Trên Đất Mỹ" của Phương Tấn tại "Foreign Training Office" thuộc căn cứ Huấn luyện "Sheppard Air Force Base, Texas.

"Thơ Tình Của Một Thi Sĩ Việt Nam Trên Đất Mỹ" là một thành công của Phương Tấn - một nhà thơ trẻ Việt Nam trên đất Mỹ. Được biết, tập thơ hiện được lưu trữ tại Thư Viện Đại học Cornell University Library, USA.

13* ***Năm 1971, giáo sư Tam Ích, tạp chí Đời Mới số 43 - Xuân Tân Hợi 1971:***

HOA GẤM VÀ NGÔN NGỮ DÂN TỘC

"... Thi sĩ Kiên Giang Hà Huy Hà và Sơn Nam: Người trên từ 1946 đã làm vạn câu dân tộc, người dưới làm đôi ba, dăm ba, mươi - nhưng đều thắm tình dân tộc và nhạc tính độc đáo!

"Nhưng muốn nói về nhạc tính lạ, ý và lời tuyệt tác thì tôi cầu nguyện cho các văn - thân - hữu đọc những bài sau này mà tôi đã được đọc trong tạp chí Thời Nay. Đây là ba nhà thơ Nhất Uyên, Phan Trần (Trần Hữu Ngư) và Phương Tấn, thơ thì tuyệt! Nhạc tính: độc đáo! Nhịp thơ: hiếm! Từ, tứ, ý thơ, riêng tôi, lần thứ nhất tôi mừng được thưởng thức thơ. Tôi lẩn thẩn nghĩ: cần gì phải làm trăm nghìn câu thơ, cần gì phải in tới nhiều tập thơ! Một bài thơ! Một sắc diện màu sắc và âm thanh! Tôi cầu nguyện cho có người bắt chước được từ thơ, tứ thơ, ý thơ, mạch thơ ấy".

14* ***Năm 1995, Nhạc sĩ Đynh Trầm Ca trong youtube "Tác giả - tác phẩm Bên Dòng Sông Chiêm Bao" do Nhà sản xuất Quang Quang thực hiện):***

PHƯƠNG TẤN - BÊN DÒNG SÔNG CHIÊM BAO

"... Phương Tấn là một nhà thơ cùng thời với tôi ở Đà Nẵng. Tình cờ anh em lại gặp nhau ở Sàigòn trong những năm lưu lạc. Hồi đó, tôi cộng tác với trang Văn Nghệ của báo An Giang. Tôi hay lên Sàigòn để xin bài vở của anh em. Phương Tấn đã đưa cho tôi một bài viết về nhạc sĩ Trịnh Công Sơn cùng mấy bài thơ.

Trên một chuyến xe đò từ Sàigòn về lại Long Xuyên, tôi đã đọc thơ anh và giai điệu đã đến. Tôi đã phổ bài thơ *"Bên Dòng Sông Chiêm Bao"* của Phương Tấn.

Bài thơ này Phương Tấn đã nói với tôi, anh đã viết ở bờ sông Lai Nghi thuộc Điện Bàn, Quảng Nam cách nhà tôi khoảng 3 - 4 cây số. Bài hát mang tâm trạng đau buồn của một người mất một người...

15* ***Năm 2011, nhà thơ Lâm Anh, tạp chí Văn Hữu số 15 Mùa Đông:***

VỀ MỘT BÀI THƠ TÌNH CỦA PHƯƠNG TẤN

"... *Ở Huế Nhớ Phương* là một bài thơ tình có 53 câu, gồm 408 chữ. Mỗi câu là mỗi con đường dài, mỗi chữ là mỗi tiếng hót của loài chim khác nhau. Tôi hình dung về những đợt sóng như không chịu vào bờ, cứ lượn lờ giữa khơi, cứ nhấp nhô vươn tràn, trồi lên ngút xuống, xao động nhưng êm đềm.., như mở ra mà khép lại, như đứng trong ngồi, như nằm nghiêng mà ngửa mà úp vào vô tận... Là bài thơ tình như muôn vạn bài thơ tình từng xuất hiện trên báo chí văn chương, nhưng *"Ở Huế Nhớ Phương"* càng đọc càng thấy đầy ý vị, đầy chất ngọt mặn khác nhau, lạ lùng biệt lập, tư riêng...

Ông Phương Tấn ạ! Thật tình không phải vì ái mộ ông qua nhiều báo chí của 40 năm về trước. Tôi chưa được biết mặt ông dù một giây phút trong đời, nhưng qua thơ cảm thấy ông như đã từng nằm ngồi, đối diện cùng tôi tới mức máu thịt. Ông vui lòng cho tôi được bộc bạch niềm ngưỡng mộ một thi tài, một nhân cách phi phàm... Và xin ông vui lòng cho tôi yêu cầu nhà văn Thu Hương in lại bài thơ *"Ở Huế Nhớ Phương"* trong tạp chí Văn Hữu.

16* ***Năm 2012, nhà báo, võ sư Từ Võ Hạnh, nguyệt san Văn học & Võ Thuật:***

LỜI THƠ "TỤC LỤY' NHƯNG LẠI ĐẦY THANH CAO TRONG SÁNG. ẤY CHÍNH LÀ ƯU ĐIỂM MÀ MẤY AI "NGỘ" ĐƯỢC.

"... Phương Tấn là một chủ bút các tạp chí Võ Thuật sừng sỏ, không những thế ông còn là một nhà tổ chức tầm cỡ quốc tế qua các tổ chức "Liên Hoan Quốc Tế Võ Cổ Truyền Việt Nam" và "Liên Hoan Võ Thuật Quốc Tế Hồng Bàng" từ năm 2006 đến nay, thu hút mỗi kỳ hàng ngàn VĐV và trên 40 quốc gia và vùng lãnh thổ tham gia biểu diễn và tranh tài. Chính gương làm việc của ông đã khiến tôi kinh ngạc. Nên, khen ai chứ khen Phương Tấn thì quá thừa. Theo tôi, từ trước đến nay khó thấy một nhân tài như Phương Tấn - một người "nghiên cứu võ không tập võ" nhưng lại đóng góp thành công quá nhiều cho phong trào "Võ Thuật Thế Giới" suốt mấy thập niên...

"Ngoài Võ, ông còn là một nhà thơ có tiếng, một nhà văn viết văn hay và một nhà báo lão luyện.

17* *Năm 2015, tiến sĩ, nhà giáo Hoàng Kim Oanh cảm nhận "Ở Huế Nhớ Phương" trong tập thơ "Lung Linh Tình Đầu":*

"Ở HUẾ NHỚ PHƯƠNG" - CÁCH SỬ DỤNG NGÔN NGỮ THẬT TUYỆT.

"Ở Huế Nhớ Phương" - Đắm say và tình tứ nhưng buồn như một hoài vọng. Cách sử dụng ngôn ngữ rất tuyệt. Nhiều hình ảnh liên tưởng so sánh triền miên như tình sầu không dứt, như dòng nhớ đang dâng dồn dập ngút ngàn... Những bổ ngữ gọi như từ tiềm thức... Một loạt từ "Sao" đầu câu cũng có tác dụng lay động cảm xúc người đọc.

Bài thơ day dứt cắt cứa tâm can mà âu yếm ngọt ngào biết bao! Tôi thích nhất từ khổ thơ *"Phương nghe đó trời thu lên lành lạnh, / Lòng cũng vàng theo lá ở trên cây, / Vui cũng bay theo gió ở trong ngày, / Một chút lệ thêm chút buồn vừa chín..."* đến hết bài.

18* *Năm 2015, nhà thơ Nguyễn Thị Ánh Huỳnh (Chiec La Tren Canh) cảm nhận "Ở Huế Nhớ Phương" trong tập thơ "Lung Linh Tình Đầu":*

"Ở HUẾ NHỚ PHƯƠNG" - THƠ PHƯƠNG TẤN PHÓNG KHOÁNG VÀ MÊ ĐẮM.

"Ở Huế Nhớ Phương" - Đọc đã ghê! Tôi thích bài

này, vì nó tình, nó sương mơ, nó mướt và run rẩy lắm... *"Ở Huế Nhớ Phương"* hay vô cùng, từ hình ảnh, lời đến cái tình ý nhị trong đó...

Thuở ấy mà viết như thế là rất hiện đại! Từng chữ từng câu mới, lạ - đã làm bài thơ dâng lên đầy cảm xúc. Áo não mà ngọt ngào! Những hình ảnh nguyên khôi tinh khiết cứ như run rẩy trong thơ... Đọc rồi mà những hình ảnh cứ trở đi trở lại trong lòng! Thơ Phương Tấn phóng khoáng và mê đắm! Hay lắm nhà thơ!

19* ***Năm 2015, nhà thơ Hạ Đình Thao (+)***
cảm nhận "Ở Huế Nhớ Phương"
trong tập thơ "Lung Linh Tình Đầu":
CÕI THI CA MUÔN THUỞ.

"Ở Huế Nhớ Phương" - Bài thơ này tôi đã đọc trước năm 1975, không nhớ là Phương Tấn đăng ở đâu... Cảm xúc xa xưa ấy cũng như bây giờ... quá hay! Tôi nghĩ chỉ cần một bài thơ như thế này cũng đủ đưa Phương Tấn vào cõi thi ca muôn thuở.

20* ***Năm 2015, nhà giáo, dịch giả Lưu Như Hải (+)***
cảm nhận bài thơ "Ở Huế Nhớ Phương"
trong tập thơ "Lung Linh Tình Đầu":
NƯỚC PHÁP CÓ BÀI THƠ "SONNET"

CỦA ALEXIS FELIX ARVERS THÌ Ở VIỆT NAM TA CŨNG CÓ BÀI THƠ "Ở HUẾ NHỚ PHƯƠNG" CỦA PHƯƠNG TẤN.

"... Phương Tấn từ thập niên 1960 cho tới bây giờ sáng tác nhiều bài thơ làm rung động lòng người nhưng chỉ một bài *"Ở Huế Nhớ Phương"* cũng đã đủ để làng Thi Ca ngợi khen Phương Tấn với cùng lời thân thương như với Felix Arvers.

Tôi sẽ bị gán nhãn là "Anh em trong nhà khen nhau" khi nói: "Nước Pháp có bài thơ Sonnet của Alexis Felix Arvers mà Khái Hưng chuyển ý thành bài *"Tình Tuyệt Vọng"* thì Việt Nam ta cũng có bài thơ *"Ở Huế Nhớ Phương"* của Phương Tấn".

21* *Năm 2016, nhà thơ Dung Thị Vân, trên trang newvietart:*
NHỮNG BÀI THƠ AI OÁN, SẦU MUỘN VÀ HAY NHƯ THẾ!

"... Ôi sao mà khổ đau và nhân hậu đến vậy Phương Tấn! Qua thổ lộ của tác giả:

"... Xâu chuỗi những mảnh đời bất hạnh cùng cực trong tình yêu, trong đời sống của chị em làm điếm, viết nên một số bài thơ trong tâm trạng khổ đau của họ dưới bút hiệu Thái Thị Yến Phương" - như vậy, nhân vật trong thơ của tác giả là một-người-của-nhiều-người, một-trái-tim-của-nhiều-trái-tim có thật trong cuộc đời tác giả. Anh đã thấu hiểu và thương yêu sâu sắc để rồi hóa mình vào nhân vật đến nỗi quên đi với chính cái tên Phương Tấn của mình.

... Nếu như không được nhắc lại hôm nay thì trên bốn mươi năm qua, thậm chí một trăm năm nữa đã chắc gì có ai đã biết Thái Thị Yến Phương là nhà thơ Phương Tấn. Mà chỉ biết cái tên Thái Thị Yến Phương là một cô gái tài hoa bạc phận đã để lại cho đời, cho người những bài thơ đặc sắc và đẫm lệ. Thế mới biết tâm hồn người thơ nó nhân hậu biết chừng nào. Nó đau thương đến mức độ nào mà tác giả đã viết được những bài thơ ai oán, sầu muộn và hay như thế".

22* *Năm 2016, nhà phê bình văn học Nguyễn Vy Khanh, trong bộ sách "Văn Học Miền Nam 1954 - 1975":*

THƠ PHƯƠNG TẤN KHÁ ĐẶC THÙ NẾU SO VỚI NHỮNG NHÀ THƠ CÙNG THỜI VÀ CÙNG QUÊ HƯƠNG QUẢNG NAM, ĐÀ NẴNG.

"... Con đường thi - ca của Phương Tấn bước vào thi - ca lúc rất trẻ, tuy khiêm tốn về lượng thơ xuất-bản, nhưng thơ ông khá đặc thù nếu so với những nhà thơ cùng thời và cùng quê Quảng Nam, Đà Nẵng như ông. Nhiều tình cảm, tình quê, có lãng-mạn nhưng cũng có những cách tân ngôn-ngữ thơ. Ở Phương Tấn, thơ ý tình bay xa, đến tận những chân trời lạ, xa, và mở rộng, nhưng con chữ hiền hòa như con người Việt-Nam truyền thống.

"Bài Túy Ngọa Sa Trường Quân Mạc Tiếu" là một trong những bài thơ hay, hay vì đã cố gắng tóm gọn cảm nghĩ của con người Việt-Nam trước bao đổ vỡ, chia xa mà chiến-tranh đã gây ra và tiếp tục hủy hoại đất nước, con người".

23* ***Năm 2017, nhà thơ Nguyễn Nhã Tiên, trong bài viết "Nhạc Chấp Cánh Cho Thơ":***

TỰ THƠ THI SĨ PHƯƠNG TẤN BẰNG ÂM THANH VÀ NGÔN TỪ CỦA MÌNH ĐÃ BAY LÊN, ĐÃ NEO ĐẬU VÀO TÂM HỒN MỌI NGƯỜI.

"... Đừng nói nhạc chấp cánh cho thơ bay lên nghe tội thơ quá. Tự thơ thi sĩ Phương Tấn bằng âm thanh và ngôn từ của mình đã bay lên, đã neo đậu vào tâm hồn mọi người rồi. Còn nhạc, thì đấy là cái duyên hội ngộ thôi. Công bằng mà nói, nếu Phạm Duy không phổ một số bài thơ của một số tác giả, thì có lẽ người ta còn xa lạ với một số tên tuổi nhà thơ. Nhưng trường hợp Phương Tấn lại khác. Đôi chân thi sĩ đã bước đi vạn dặm tự bao giờ".

24* ***Năm 2017, nhà thơ, dịch giả Thiếu Khanh, trong tập thơ "Di Bút Của Một Người Con Gái":***

THI SĨ PHƯƠNG TẤN NỔI TIẾNG TỪ CUỐI THẬP NIÊN 60 THẾ KỶ TRƯỚC, LÀ THI SĨ VIỆT NAM DƯỜNG NHƯ ĐẦU TIÊN ĐÃ CHO IN THƠ MÌNH TẠI NƯỚC MỸ.

"... Có một lần, lâu rồi, chắc là phải hơn... nửa thế kỷ, tôi tình cờ nghe một chương trình Tao Đàn của thi sĩ Đinh Hùng trên đài phát thanh Sài Gòn dành cho thơ của một người con gái chết trẻ tên Thái Thị Yến Phương. Tôi chưa được đọc bài thơ nào của người nữ thi sĩ trẻ này. Và chỉ biết có chừng đó.

...

Thi sĩ Phương Tấn nổi tiếng từ cuối thập niên 60 thế kỷ trước, là thi sĩ Việt Nam (dường như đầu tiên) đã cho in thơ mình tại nước Mỹ xa xôi từ khoảng đầu thập niên 1970, với tác phẩm "Thơ Tình Của Một Thi Sĩ Việt Nam Trên Đất Mỹ!"

Nhưng điều tôi không ngờ Thái Thị Yến Phương là bút hiệu của thi sĩ văn võ đều tài hoa này!"

25* ***Năm 2017, Nhà thơ Luân Hoán,***
trong tập thơ "Lục Bát Phương Tấn":

LỤC BÁT CỨ NHƯ HƠI THỞ NÀY SẼ KHÔNG BAO GIỜ MAI MỘT ĐƯỢC.

"... Mỗi bài gói gọn bốn câu. Rõ ràng khung cảnh, giàu có hình ảnh, lung linh chân tình... tất cả man man bát ngát sự yêu thương. Hình ảnh đẹp, cụ thể thiết tha như có thể sờ nắm được. Tình của Phương Tấn thuở cắp sách là tình vui, tình hạnh phúc của sự gắn bó tinh khiết và chân tình. Lục bát cứ như hơi thở này sẽ không bao giờ mai một được".

26* ***Năm 2017, nhà văn Trần Hoài Thư,***
trong tập thơ "Lục Bát Phương Tấn":

NÓ LÀ CỦA ANH
VÀ CỦA TÔI,
CỦA MỘT THỜI ĐỂ YÊU VÀ ĐỂ SỐNG.

"... Vâng. Anh chép lại và in lại *Lục Bát Phương Tấn* khi tuổi đã vào thất thập.

Còn tôi, đọc nó khi tuổi cũng quá nhiều và khổ nạn cũng quá nhiều. Con bướm của anh không phải là con bướm mà Trang Tử nằm mơ, mà ngược lại nó "thơm ngát thơ". Nó là của anh và của tôi, của một thời để yêu và để sống:"

Dư âm vàng rụng bên thềm
Dính trên vai bướm chợt thèm tiếng xưa.
(Tiếng xưa)

27* *Năm 2017, Nhà thơ, dịch giả Thiếu Khanh, trong tập thơ "Thưa Mẹ":*

MỘT TÂM HỒN DỊU DÀNG VÀ NHẠY CẢM CỦA MỘT NHÀ THƠ, HƠN NỮA, MỘT ĐỨA CON HIẾU THẢO LUÔN THƯƠNG YÊU MẸ.

"... Phương Tấn không chỉ là nhà thơ, nhà báo nổi tiếng, ông còn là một người yêu võ. Nhưng đọc thơ ông người ta sẽ không thấy oai thế của một "tráng sĩ" vung gươm trên lưng ngựa, mà chỉ thấy một tâm hồn dịu dàng và nhạy cảm của một nhà thơ, hơn nữa, một đứa con hiếu thảo luôn thương yêu Mẹ. Chợt nhớ lời bà Martha Ellis Gellhorn, nhà văn Mỹ, đồng thời là nhà báo được đánh giá là một trong những phóng viên chiến tranh vĩ đại nhất của thế kỷ 20. Bà nói: "Tôi có đủ hiểu biết để thấy rằng không một phụ nữ nào nên làm vợ một người đàn ông ghét bỏ Mẹ mình." (I know enough to know that no woman should ever marry a man who hated his mother). Đọc phần chú thích dưới bài thơ *"Một Trang Kinh Viết Lại"* của Phương Tấn trong tập thơ này, mình nghiệm ra bà ấy nói đúng: Có yêu Mẹ một cách chân thành và cảm nhận hết tình Mẹ, người ta mới biết yêu vợ mình hơn.

Nhưng đây là sự liên tưởng "ngoài lề".

28* *Năm 2018, nhà thơ Trần Dzạ Lữ,*
trong tập thơ "Di Bút Của Một Người Con Gái":
THÁI THỊ YẾN PHƯƠNG
LÀ CƠN ĐỊA CHẤN TRÊN CÁC BÁO
VÀ TẠP CHÍ Ở MIỀN NAM TRƯỚC 1975.

"... Nhà thơ Phương Tấn đã hóa thân trọn vẹn Thái Thị Yến Phương làm thơ và đăng báo từ 1962 - 1965. Thời gian nầy Thái Thị Yến Phương đã là cơn địa chấn trên các báo và tạp chí ở miền Nam trước 75. Tập thơ trình bày trang nhã. Muốn biết tác giả Phương Tấn tự sự gì xin mời đọc *"Di Bút Của Một Người Con Gái"*.

Tưởng cũng nên nhắc lại là thập niên 70 anh đã xuất bản tại Mỹ tập thơ *"Thơ Tình Của Một Thi Sĩ Việt Nam Trên Đất Mỹ"*. Tập thơ này cũng rất ấn tượng và đã gây tiếng vang".

29* *Năm 2018, nhà văn Thế Phong,*
trên trang thang-phai.blogspot.com:
ĐẢO NGƯỢC 2 TỪ CUỐI;
CHÍNH LÀ PHƯƠNG TẤN.

"... Vậy là, tôi cũng như độc giả đã biết tác giả đích

thưc tập thơ *"Di Bút Của Một Người Con Gái"* là ai rồi. Đó là một ex-airman Không lực Việt Nam Cộng Hòa tên thật là Nguyễn Tấn Phương - tôi bật nhớ ra ngay ở thời tiền chiến, một thành viên chủ lực "Tự Lực Văn Đoàn", có một thi nhân tên thật là Nguyễn THỨ LỄ - đảo ngược 2 từ cuối thành THẾ LỮ, từng nổi danh với: *Nhớ Rừng* (thơ) + *Vàng & Máu* (văn)... - thì, cuối thập niên 1960s, ở miền Nam (VNCH) cũng có một tay cầm bút có tên thật Nguyễn TẤN PHƯƠNG, đảo ngược 2 từ cuối; chính là PHƯƠNG TẤN".

"Phương Tấn không những viết văn làm thơ mà còn rất xông xáo, tay không vào hang hùm; xắn tay áo, tự lực cho xuất bản 2 tạp chí võ thuật hàng đầu ở Việt Nam: "Ngôi Sao Võ Thuật" + "Sổ Tay Võ Thuật". Và, cho xuất bản cuốn sách về võ thuật rất kỳ vĩ: "Những Người Mở Đường Đưa Võ Việt Ra Thế Giới" (Pioneers Who Have Paved The Way For Vietnamese Traditional Martial Arts To The World) -- (sách dày 312 trang, kích cỡ sách 21x 28,5 cm + hình ảnh -- một số bài viết trong sách được chuyển ngữ tiếng Anh + Pháp. Sách được tái bản, không chỉ phát hành trong nước mà còn đưa ra quốc tế)."

30* ***Năm 2018, nhà báo Nguyễn Thiện (+), trong tập thơ "Lục Bát Phương Tấn":***

PHƯƠNG TẤN - NGƯỜI MANG THI NHẠC VÀO THƠ LỤC BÁT.

"... Cảm thụ thi nhạc còn trừu tượng và khó hơn cảm thụ âm nhạc. Cảm thụ thi nhạc phải cảm thụ bằng lòng, bằng hồn chứ không phải bằng tai. Nếu các bạn đọc một bài thơ mà thấy hồn mình hòa vào hồn của bài thơ thì bạn sẽ cảm thấy cái tuyệt vời của thơ. Là tôi muốn nói, thơ lục bát của thi sĩ Phương Tấn. Người mang thi nhạc vào thơ Lục Bát".

31* ***Năm 2019, nhà thơ, nhạc sĩ Phan Ni Tấn, trong tập tùy bút "Ngòi Bút Lang Thang", NXB Văn Học Mới:***

TẬP THƠ 'THƯA MẸ" LÀ MỘT SỰ KẾT HỢP ĐẶC BIỆT GIỮA KHẢ NĂNG THIÊN PHÚ VỀ THI CA CỦA PHƯƠNG TẤN VIẾT VỀ MẸ VÀ...

"... Bài thơ tám chữ *"Thưa Mẹ"* gồm 30 câu mở đầu tập thơ *"Thưa Mẹ"* của nhà thơ Phương Tấn là một tứ thơ lạ và hay. Lạ ở cách dùng từ, hay ở cách diễn đạt, nhất là những động từ chạm thành tiếng kêu lạ tai, vang đi rất xa.

Có thể nói tập thơ *"Thưa Mẹ"* là một sự kết hợp đặc biệt giữa khả năng thiên phú về thi ca của Phương Tấn viết về Mẹ và lòng thương yêu vô bờ của người

Mẹ đã một đời tận tụy vì con. Phương Tấn thể hiện một thái độ, một cung cách nối liền người thơ với đời sống con người, là tiếng nói của nghệ thuật nhân bản, là vẻ đẹp của tình người.

Trong lịch sử nền thi ca Việt Nam, hình tượng Mẹ đã hiển hiện trùng trùng. Phương Tấn ý thức rõ điều này nên tác giả không dừng lại ở những hình tượng quen thuộc đó, cũng như không giẫm chân lên lối mòn của những người đi trước. Chính vì vậy cảm hứng trong thơ Phương Tấn viết về Mẹ, về con người và đời sống đã bừng lên nhiều sắc điệu, phong phú hơn, nồng nàn hơn, da diết hơn".

32* ***Năm 2019,***
nhà phê bình, nhận định thơ Nguyễn Xuân Dương,
trong tác phẩm "Những Vần Thơ Chạm Lửa",
NXB Đại Học Thái Nguyên:

NHỮNG BÀI THƠ TỒN TẠI VĨNH HẰNG THEO THỜI GIAN – CHÍNH LÀ SỰ VỤT HIỆN, SỰ LÓE SÁNG CỦA THIÊN TÀI.

"... Điều thứ hai sau khi đọc 18 đoản khúc lục bát của Phương Tấn đã củng cố thêm về suy nghĩ của tôi. Tôi luôn coi thơ đích thực - những bài thơ tồn tại vĩnh hằng theo thời gian - chính là sự vụt hiện, sự lóe sáng của thiên tài. Mặc dù trong đời họ không phải là những thiên tài. Trong lịch sử thi ca đã xuất hiện những tác phẩm như thế".

33* ***Năm 2019, nhà thơ Xuân Thao (+), tác giả các tập thơ "Sóng Mòn" (2010), "Ngập Ngừng' (2015), "Tình Sầu' (2018):***
50 NĂM VỀ TRƯỚC MÀ PHƯƠNG TẤN ĐÃ LÀM THƠ HAY NHƯ THẾ NÀY, QUẢ LÀ THIÊN TÀI THI CA.

"... Ở bài thơ: *"Khoai Lang Vỏ Đỏ Lòng Vàng"* - Một bài thơ mà tôi tâm đắc nhất của Phương Tấn. 50 năm về trước mà Phương Tấn đã làm thơ hay thế này, quả là thiên tài thi ca. Tôi chỉ lặp lại lời khen của cụ Nguyễn Vỹ năm 1962 (lúc Phương Tấn 16 tuổi) khi đăng thơ và hình của Phương Tấn trên tạp chí Phổ Thông. Ai đã sống trong thời kỳ ấy chắc còn nhớ.

Nói đến thơ Phương Tấn tôi không thể không nhắc đến những bài thơ mang tên: *"Di Bút Của Một Người Con Gái"* với bút hiệu Thái Thị Yến Phương đã một thời gây sóng gió trên thi đàn miền Nam Việt Nam. Khen có, chê có mà tác giả chỉ là một cậu học sinh mới 14 - 15 tuổi đang học lớp đệ ngũ, đệ tứ trường trung học Phan Tây Hồ, Đà Nẵng.

Và, tôi cũng không thể không nhắc đến những lá

thư gửi Mẹ của Phương Tấn trong tập bút ký *"Hòa Bình Ta Mơ Thấy Em"* cùng những bài thơ gửi Mẹ của Phương Tấn trong tập thơ *"Thưa Mẹ"* là tâm cảm của Phương Tấn gửi Mẹ Quê Hương với tấm lòng đau xót vô biên của người con khi thấy Mẹ Việt Nam còn tang thương trong chiến tranh và thù hận. Tất cả mang ý nghĩa như một thông điệp đầy tính nhân văn, dưới bút pháp tài hoa của Phương Tấn - một thi sĩ chân tài".

34* ***Năm 2020, nhà thơ Dung Thị Vân, trong tác phẩm "Cảm Nhận Văn Học - tập 1" NXB Hội Nhà Văn:***
MỘT ĐỊNH MỆNH VÔ HÌNH.

"... Có một điều lạ và rất thật là theo thời gian các sách vở của tôi cất giữ gần như bị mối mọt ăn loang lổ, nhiều trang, nhiều đoạn không còn thấy chữ. Vậy mà tập thơ *"Khổ Lụy"* của Phương Tấn vẫn lành lặn, chữ nghĩa còn nguyên. Phải chăng đó là một định mệnh vô hình.

"Mặc dù sở hữu tập thơ *"Khổ Lụy"* của Phương Tấn từ năm 1971, tính đến năm 2015 đã được 44 năm. Nhưng tôi chưa bao giờ đọc được tên tác giả trên bất kỳ thông tin nào từ báo chí đến trang web hay một cuốn sách nào. (Có thể tôi đọc quá ít nên chưa thấy chăng). Những năm ở Đức Trọng, thỉnh thoảng tôi vẫn mở tập thơ *"Khổ Lụy"* của Phương Tấn ra đọc, mặc dù thuở ấy tôi không hiểu hết những câu từ trong thơ anh, nhưng lạ thay, tôi vẫn cảm nhận được thơ anh rất hay, rất buồn mang đầy tính thế sự và nặng sâu tình người. Do vậy, cái tên *"Khổ lụy"* và cả cái tên Phương Tấn như đã hằn sâu vào trí nhớ tôi. Tập thơ chỉ có 26 bài nhưng Phương Tấn đã viết không thiếu một đề tài nào. Phương Tấn viết về quê hương đất nước, về thân phận con người trong hoàn cảnh trước 1975. Những bài thơ xót thương về cha mẹ, về anh chị em. Rồi tình yêu và những người con gái đã được Phương Tấn bật hẳn thành tên vào những bài thơ anh viết. Tác giả viết về đề tài nào cũng hay, xúc động và cháy bỏng như con tim của một người thơ căng đầy máu nóng. Những dòng thơ mang tính triết lý hiện thực.

Cho tới thời điểm này, cho dù những bài thơ anh sáng tác đã qua 50 năm mà đọc lại thơ Phương Tấn, tôi vẫn thấy thơ anh có sức hút thật lạ với những ẩn dụ thâm thúy, ngôn từ mới lạ nhưng rất đời, một nét riêng độc đáo không lẫn lạc vào ai..."

35* ***Năm 2020, nhà thơ Nguyễn Nhã Tiên, trong tập thơ "Lục Bát Phương Tấn":***

MÁU HUYẾT THƠ ANH, LỤC BÁT CỦA ANH

CHỪNG NHƯ ĐÃ KHẢM KHẮC VÀO VÔ THỨC HẰNG CỬU MỘT QUÊ NHÀ.

"... Có một điều cũ kỹ tưởng ai cũng biết, rằng thơ lục bát vốn từ lâu đã thấm đẫm trong tâm hồn người Việt. Thấm đẫm từ buổi lời hát ru của mẹ đong đưa bên vành nôi, cho đến những khúc ca dao hò khoan trao gởi tâm tình. Mà tất cả kho tàng quí báu đó đều bắt nguồn từ thơ lục bát, hoặc biến thể lục bát. Dông dài điều cũ kỹ này là ý tôi muốn diễn dịch *"Lục Bát Phương Tấn"* cứ như vằng vặc ánh trăng khuya, xanh tươi vườn cau trầu, vang dội thanh âm tiếng gàu thả vào giếng khuya thăm thẳm... Cho dù bước chân thi sĩ có đêm Paris, ngày London, khuya Texas hay bất cứ nơi nào trên trái đất, thì máu huyết thơ anh, lục bát của anh chừng như đã khảm khắc vào vô thức hằng cửu một quê nhà.

Săm se xuân động bên trời
Chào con én lạc có lời hỏi thăm

Quê nào là quê trong năm
Ăn bong bóng trổ như tằm ăn dâu.

"Thơ như thế, dường như thi sĩ Phương Tấn phớt lờ những chuyện hiện đại cách tân lục bát. Chẳng những vậy, có vẻ như anh còn gắng gỏi đắp nên cái ốc đảo lục bát của mình thành một cõi, một miền nồng nàn hơi thở ca dao, như một cách thế làm nổi bật cái chất đồng quê đã dần phai và có nguy cơ bị xóa đi trong đời sống hiện đại".

36* ***Năm 2020, nhà thơ Tôn Nữ Thu Dung, trong tập thơ "Lung Linh Tình Đầu":***

NHIỀU NGƯỜI HỎI: ANH PHƯƠNG TẤN CÓ PHẢI LÀ NHÂN VẬT CHÍNH TRONG TRUYỆN NGẮN *"THẾ PHỤC HỔ"* CỦA TÔI?

"... Tập thơ *"Lung Linh Tình Đầu"* được lựa chọn những bài viết từ năm 14 tuổi đến bây giờ... Một quãng đường quá dài đắm đuối với thơ.

Tôi "gặp" anh Phương Tấn từ những ngày ngập ngừng bước chân vào ngưỡng cửa văn chương từ bán nguyệt san Tuổi Hoa và tuần báo Tuổi Ngọc... khi tôi học lớp chín lớp mười thì anh Phương Tấn đã là một ông thầy dạy học đâu đó ở Biên Hòa, một ông lính không Quân hào hoa phong nhã, một sư phụ võ nghệ cao cường và là một nhà thơ nổi tiếng!

Có một ngày đọc trên mục "Nhìn Xuống Cuộc Đời" do hai anh Từ Kế Tường và Phạm Chu Sa điểm tin trên tuần báo Tuổi Ngọc, tôi biết được những việc anh Phương Tấn đã làm cho quê hương bỗng vô cùng yêu quý và cảm kích một tấm lòng nhân hậu.

Rất lâu sau, gặp anh ở Mỹ, mời anh cộng tác với tờ Tương Tri, một tờ báo hậu bối của Tuổi Ngọc ngày xưa... Vật đổi sao dời, nhưng riêng tôi, đối với anh, niềm cảm kích và yêu quý đó vẫn nguyên như thời cũ...

Nhiều người hỏi: Anh Phương Tấn có phải là nhân vật chính trong truyện ngắn *"Thế Phục Hổ"* của tôi? Thưa không, nhưng có thể từ tiềm thức, tôi vẫn viết và hay nhập chung những tính cách của những người mình yêu mến thành một nhân vật hư cấu mà vô cùng chân thực trong đời!"

37* ***Năm 2020, nhà văn - ca sĩ Từ Dung (TCP), ái nữ nhà văn Hoàng Đạo (Tự Lực Văn Đoàn), trong tập thơ "Lung Linh Tình đầu":***

PHA CHẾ NHIỀU MÀU SẮC ĐẬM NHẠT NHƯ MỘT BỨC TRANH THỦY MẶC.

"... Thơ Phương Tấn bàng bạc những đau thương chất ngất, quyện lẫn những lãng mạn tình tự ngây thơ, pha chế nhiều màu sắc đậm nhạt như một bức tranh thủy mặc, biến thái nhiều hình thể như những cụm mây trắng trên nền trời xanh biếc, cảm xúc lúc thì nhẹ nhàng như cánh bướm đậu trên hoa, giọt mưa rơi xuống lá, lúc thì sôi nổi, cuồng nhiệt như biển xô sóng vỡ".

•

38* ***Năm 2020, nhà văn Nguyễn Lệ Uyên,***
trong tập thơ "Vớt Bình Minh Trong Đêm":

MỚI 14 TUỔI
VỚI NHỮNG CÂU THƠ NHUỐM ĐẦY
NHỮNG SUY TƯ, DẰN VẶT
VỀ THÂN PHẬN LÀM NGƯỜI.

"... Phương Tấn xuất hiện khá sớm trên các tạp chí văn nghệ miền Nam đầu thập niên 60s, khi mới 14 tuổi với những câu thơ nhuốm đầy những suy tư, dằn vặt về thân phận làm người.

Thơ Phương Tấn là những điệu buồn, ray rức như giữa khuya chợt nghe tiếng chim lẻ loi rớt trong bóng đêm thăm thẳm, như giọng ru con nghẹn ngào của bà mẹ quê gửi niềm thương nhớ người chinh phu.

Đọc thơ Phương Tấn là dẫn cả đôi chân, tâm trí bước vào những hang hốc tăm tối, những bãi cỏ gai... Rồi khi khép lại nghe như bị cào xước tận đáy lòng; đôi khi như cái chạm nhẹ thịt da phơi trần lên mặt đá sỏi. Một chút rỉ máu, một chút nhói đau như cái vuốt tay cuối cùng trong cuộc tình lỡ.

Với Phương Tấn, người thõng chân vào cõi thơ anh chính là kẻ bại trận trước những phơi bày năm chữ dàn kín cả tập đẩy nhịp thở dồn dập khôn cùng của cánh chim từ cành cao đột nhiên rơi tõm xuống thảm cỏ ướt đẫm mưa đêm.

Sự tỉnh thức trong thơ anh chính là những hình hài co quắp, một đụn tro tàn hôm qua bỗng lóe sáng buổi bình minh, nhưng lại là bình minh của đêm nguyệt tận, của hai mươi năm dài phi thực phi mộng phi lú mê, đủ để nỗi buồn cùng những thất vọng vón lại thành căn bệnh trầm kha cho tuổi trẻ Việt Nam, khóc với nhau trên những giọt lệ tràn, đắng cay, tủi nhục.

Đó cũng là thế giới đầy huyễn hoặc của chàng trai trẻ khi tuổi mới mười bốn đã bước vào cuộc rượt đuổi phong trần chữ nghĩa và thế sự trượt dài".

39* *Năm 2020, nhà báo Vương Trùng Dương, trong tập thơ "Vớt Bình Minh Trong Đêm":*

RẤT THÚ VỊ. THẬT VẬY, CÕI VÔ CÙNG.

"... Với tựa đề của thi phẩm rất lạ vì *"Vớt Bình Minh Trong Đêm"*, trong bối cảnh mang biểu tượng trừu tượng đó mà lại "vớt", với tôi độc đáo và thú vị. Như đã đề cập ở trên theo quan niệm của nhóm Xuân Thu Nhã Tập "Thơ không cần lúc nào cũng rõ nghĩa, không phải lúc nào cũng sáng sủa... Nó giữ phần sâu kín, giữ phần sâu sắc..." Ngoài tựa đề của thi phẩm, người đọc sẽ bắt gặp nhiều bài thơ độc đáo và thú vị theo quan niệm này trong tập thơ *"Vớt Bình Minh Trong Đêm"*.

Nữ văn sĩ Pháp Françoise Sagan (1935 - 2004), được giải Prix des Critiques (Giải Của Các Nhà Phê Bình). Trước năm 1975 nhiều tác phẩm của bà được dịch ra Việt ngữ vì vậy rất quen thuộc với độc giả ở miền Nam Việt Nam. Trong tác phẩm *"Un Peu de Soleil dans L'eau Froide"*, 1969 *(Chút Mặt Trời Trong Nước Lạnh)*, tựa đề ngộ thật, nay bắt gặp tựa đề của nhà thơ Phương Tấn: *"Vớt Bình Minh Trong Đêm"* càng ngộ hơn. Rất thú vị. Thật vậy, cõi Vô Cùng!

40* ***Năm 2021, nhà giáo, nhà thơ Quyên Di cảm nhận qua tập thơ "Di Bút Của Một Người Con Gái":***

TÊN TUỔI VÀ NHỮNG BÀI THƠ CỦA THÁI THỊ YẾN PHƯƠNG ĐÃ MỘT THỜI KHUẤY ĐỘNG GIỚI LÀM VĂN CHƯƠNG NGHỆ THUẬT MIỀN NAM VIỆT NAM (THẬP NIÊN 60, 70).

"... Tên tuổi và những bài thơ của Thái Thị Yến Phương đã một thời khuấy động giới làm văn chương, nghệ thuật miền Nam Việt Nam (thập niên 60, 70) với những bài nhận định, ngợi khen, kết án, tranh luận; thậm chí "tưởng niệm" khi hay tin "nữ thi nhân" này đã "mệnh một".

Thật ra, Thái Thị Yến Phương là một trong những bút hiệu khác của Phương Tấn. Giữa thập niên 60, khi mới mười mấy tuổi, tôi viết văn, làm thơ cho các cô cậu "húi cua, thắt bím, thích ô mai" thì cùng lứa tuổi ấy, Phương Tấn đã múa bút trong chốn giang hồ, làm thơ cho người lớn đọc. Những bài thơ trong *"Di Bút Của Một Người Con Gái"* là tâm sự não nề của nàng kỹ nữ đem thân cho khách mua vui".

41* ***Năm 2021, nhà thơ Cao Thoại Châu, trong tập thơ "Lục Bát Phương Tấn":***

THƠ PHƯƠNG TẤN
HAY HƠN SO VỚI NGÀY XƯA.

"... Thơ Phương Tấn bây giờ chắt lọc hơn, không gian huyền hoặc, nhiều mường tượng hơn và hay hơn so với ngày xưa".

42* ***Năm 2021, nhà báo Vương Hồng Anh (Kha Nguyên Chi), trong tập thơ "Chết Sững Giữa Cơn Mơ":***

ANH LÀ MỘT THI TÀI HIẾM HOI
TRONG THI CA VIỆT NAM
TỪ THẬP NIÊN 1960 ĐẾN BÂY GIỜ.

"... Tôi không có ý làm một so sánh vì mọi so sánh

trong văn chương đều là khập khiễng. Riêng với nhà thơ Phương Tấn thì những bài thơ của thi sĩ này đã để lại trong tôi những cảm xúc ngậm ngùi có, cảm thương có, bồi hồi có, những cảm xúc khó viết thành lời. Một điều tôi muốn ghi lại ở đây là tôi nhận ra ở Phương Tấn một nhà thơ "tráng sĩ" như trong những truyện xưa của văn học Trung Hoa. Tôi được biết anh đã có một thời gian dài tu luyện võ thuật, và cái hào khi của võ thuật đã bàng bạc trong một số bài thơ được tuyển chọn trong tập thơ *"Chết Sững Giữa Cơn Mơ"*.

Và ghi nhận cuối cùng của cá nhân tôi rằng anh là một thi tài hiếm hoi trong thi ca Việt Nam từ thập niên 1960 đến bây giờ".

43* ***Năm 2022, nhà thơ Trần Vấn Lệ,***
trong tập thơ "THƠ PHƯƠNG TẤN – Tuyển tập 1":
THIÊN TÀI THƠ TỪ LÚC BÉ THƠ.

"... Chắc tôi không để lại trong bài tôi đang viết này ý kiến nào đâu. Tôi góp thêm chỉ là thừa. Nhiều người tài danh đã viết về Phương Tấn. Điều tôi trân trọng nhất khi nghĩ về Phương Tấn: "Thiên Tài Thơ Từ Lúc Bé Thơ!" Anh nổi tiếng từ năm mười bốn tuổi! Anh cộng tác với nhiều báo và cùng thời (nhưng là đàn anh) của "Tổng Bí Thơ tuongtri.com" của tôi! Tôi thỉnh thoảng có bài trên tuongtri.com nhưng lòng tôi nể phục Tôn Nữ Thu Dung vô cùng. Tôn Nữ Thu Dung khen Phương Tấn... thì tôi còn dám nói chi?

Chẳng chỉ mình Tôn Nữ Thu Dung khen, tôi thấy có cả Thầy tôi, nhà phê bình Tam Ích (giáo sư Việt Văn dạy tôi các năm 1958, 1959 ở Đà Lạt). Ngoài ra, còn nhiều nhà văn, nhà thơ khác, ai cũng nổi tiếng, gần như gặp nhau ở một giao điểm: Thơ Phương Tấn sâu lắng và thắm thiết quá! Nên chi: Tôi mừng Phương Tấn về cuốn Thơ sắp chào đời trên Văn-Thi-Đàn Việt Nam. Tôi chúc anh nhận được nhiều cái bắt tay êm ái, nhiệt tình của độc giả yêu quý anh.

44* ***Năm 2022, nhà thơ Lê Văn Trung, trong tập thơ "Lung Linh Tình Đầu":***

GÂY TIẾNG VANG LỚN TRONG LÀNG BÁO LÀNG VĂN LÚC PHƯƠNG TẤN CHỈ VỪA 14 - 15 TUỔI.

"... Vào khoảng thập niên 60, chàng trai trẻ Phương Tấn đã có những việc làm đáng trân trọng và ngưỡng mộ. Về mặt xã hội, anh đã thành lập một nhóm thiện nguyện gồm anh chị em cùng trang lứa. Anh em của anh đã tự đi bán sách báo để lấy tiền mua gạo, thực phẩm, áo quần... cứu trợ đồng bào nghèo, hay sau này anh cho xuất bản, tái bản tập bút ký *"Hòa Bình Ta Mơ Thấy Em"* của anh để lấy tiền cấp học bổng toàn niên Trung học cho học sinh nghèo hiếu học, cứu giúp đồng bào cùng khổ trong các trại tị nạn và thực hiện nhiều công tác xã hội. Tuổi trẻ bấy giờ thật lý tưởng.

Anh bước vào khu vườn văn chương rất sớm, cái thời còn là một học sinh trung học tại một ngôi trường danh tiếng ở Đà Nẵng. Trường Phan Chu Trinh. Sự nghiệp văn chương, báo chí của anh khá đồ sộ và có một chiều dài bằng cả cuộc đời anh. Tôi ấn tượng nhất về anh là đã quy tụ được một số anh em văn nghệ rất trẻ in ấn và xuất bản một số tạp chí có giá trị như "Sau Lưng Các Người", "Cùng Khổ", "Ngôn Ngữ" cùng các thi tuyển "Rừng", "Vỡ"... đặc biệt là những bài thơ trong tập thơ *"Di Bút Của Một Người Con Gái"* ký bút hiệu Thái Thị Yến Phương trong thân phận một cô gái làm điếm đã gây tiêng vang lớn trong làng báo làng văn lúc anh chỉ vừa 14, 15 tuổi. Anh là con chim đầu đàn trong nhóm anh em văn nghệ Đà Nẵng lúc bấy giờ. Anh đã tham gia viết cho hầu hết các báo ở miền Nam trước 1975 từ nhật báo, tuần san đến nguyệt san...

45* *Năm 2022, nhà văn, nhận định văn học Đỗ Trường, tạp chí Ngôn Ngữ số 20 tháng 7/2022:*

VỚI SÁU MƯƠI HAI NĂM THƠ PHƯƠNG TẤN

"... Tôi không rõ, bài thơ *"Thưa Mẹ"*, Phương Tấn viết (năm 19 tuổi) trong hoàn cảnh nào? Là người lính từ mặt trận, hay sau những ngày lang thang đâu đó mệt mỏi trở về nhà, và viết về mẹ thật cảm động.

Có một điều đặc biệt, đoạn kết của bài có những hình ảnh hoán dụ, và cụm từ thật mới lạ. Nó làm câu thơ hay đến độ, tưởng chừng chưa bao giờ được đọc câu thơ về mẹ hay, cảm động, sâu sắc đến vậy: *"Mẹ so đũa gắp lòng reo trong mắt / Gắp một đời rót xuống chén cơm con"*.

Vì vậy, hình bóng người mẹ khốn khó, sống hay thác cũng vì con ấy, Phương Tấn đã mang theo suốt cuộc đời, dù ở quê nhà hay nơi đất khách: *"Mẹ cười bưng bát cơm thiu / Ầu ơ, móm mém hắt hiu phận bèo / Mặc lòng trời đất cheo leo / Ầu ơ, con ẵm bóng theo tạ đời. (Tạ đời).*

Không có nỗi đau nào bằng nỗi đau mất mẹ. Phương Tấn cũng vậy. Lời thơ nghẹn ngào như được vắt ra từ tâm khảm với nỗi đau tận cùng trong ngày mẹ mất của ông. Có thể nói, rất nhiều áng văn đã viết về mẹ, song viết được như Phương Tấn rất ít: "*Thế gian chụm giữa cơn đau / Vỡ ra thành lệ rụng vào mộ sâu / Khuya đi trăng dọi mối sầu / Cõi xa vằng vặc một màu quạnh hiu.*"

46* ***Năm 2022, nhà văn Nguyễn Ước, trong tác phẩm Cỏ Lá Ven Đường, NXB Ý Thức 2022:***

PHƯƠNG TẤN, THƠ QUÁ MỘT ĐỜI NGƯỜI

"... Làm sao một người mới mười bốn tuổi, non trẻ dường ấy, đã viết ra những dòng thơ "nghe ra ý vị và say mê" đến thế? Có thể xếp Phương Tấn đứng chung cụm tuổi đời sáng tạo với Cung Tiến, Nguyễn Bính, v.v. Họ sống và viết từ lúc nào, chẳng ai thật sự biết, chẳng ai thật sự hay, và chẳng ai cắt nghĩa nổi. Họ là thi sĩ nhạc sĩ họa hiếm. Họ là những con chim rất non nhưng sớm và rất sớm đã "đến từ núi lạ ngứa cổ hót chơi". Theo cách không giống người cõi phàm, họ gặp gỡ trần gian với giác quan khác, tâm hồn khác. Bằng một cách không bình thường, nếu chưa muốn nói là phi thường, họ bén nhạy tiếp nhận những đam mê, tục lụy, tân khổ của cuộc đời thường. Lẹ làng hơn, thấm thía hơn, rung động hơn, thế giới đầy truân chuyên và nặng nghĩa tình này chuyển thật nhanh, thật mơ màng từ con tim rất dễ thổn thức của họ đến bàn tay tài hoa vẩy nhanh ngọn bút với chữ nghĩa, hình ảnh, âm vận mượt mà khác thường.

47* ***Năm 2022, Nhà thơ Hoàng Xuân Sơn, trong "Thơ Phương Tấn - Tuyển tập 1":***

PHƯƠNG TẤN. MÃI HOÀI VỚI THƠ.

"... Thập niên 60, viết những bài sáu tám như thế thật là mới từ ngôn ngữ tới hình tượng thơ. Không điển cố, không diễm tình ước lệ. Là những dòng thơ thoát, và trào dâng ra khỏi khuôn sáo. Cho đến bây giờ, gần 50 năm sau cũng khó có ai viết được vậy!

Nhìn lại quá trình cộng tác của Phương Tấn với các diễn đàn văn nghệ từ trước đến nay không khỏi giật mình: ngợp ngời và phong phú, chứng tỏ lực viết của anh, cùng phẩm chất thơ ca đã chiếm hữu được lòng tin cậy của các cơ sở truyền thông.

48* ***Năm 2022, Nhà thơ, nhà biên khảo Ngô Nguyên Nghiễm, trong "Thơ Phương Tấn – Tuyển tập 1":***

KỶ NIỆM VỀ NHÀ THƠ PHƯƠNG TẤN VÀ TUYỂN TẬP I (1960 - 2022).

"... Suốt thập niên 1960, chính sự hóa thân Thái

Thị Yến Phương là bước cầu nối cho người yêu văn chương nghệ thuật để hết tâm trí theo sát bước chân của nhà thơ Phương Tấn. Vì vậy, nhiều nhận định văn học đã tán thưởng và dành nhiều ý kiến trân trọng khi nhìn về bước chân của thơ đi và hoạt động cật lực của nhà thơ, nhà nghiên cứu võ học, và người chủ trương nhiều tạp chí văn chương, có phong cách sắc bén bày tỏ phản kháng trước hiện tình đau thương của quê hương...

Nói cũng bằng thừa về tài hoa trước những chân đi của Phương Tấn. Về võ học, anh như một khách lữ lãng tử trên bước đường soi kinh, đưa nghệ thuật võ học không chỉ kết nối trong nước, mà còn vươn vai chạm đỉnh với thế gian. Nhìn đi nhìn lại, trước kho tư liệu chất chồng của quá trình sáng tác và vận động văn học, những tạp chí "Sau Lưng Các Người" (1963), "Cùng Khổ" (1968), "Ngôn Ngữ" (1973)... Phương Tấn đã bước vào một cuộc hy sinh rất lớn, thể hiện một bày tỏ của người trẻ sĩ phu trước thế đứng tang thương của đất nước.

49* ***Năm 2023, Tiến sĩ, nhà giáo Nguyễn Đại Hoàng,***
trong bài phát biểu tại buổi ra mắt
tập san Quán Văn ngày 26/5/2023, số 96 -

Chân Dung Văn Học Phương Tấn:
BỞI THƠ PHƯƠNG TẤN ĐÃ PHẢN CHIẾU TÂM HỒN ANH - CAO KHIẾT - TĨNH LẶNG & TỊCH MỊCH!

"... Và giờ thì tôi đã hiểu vì sao Phương Tấn viết được những bài thơ man mác tình sầu, những giòng bút ký rực lửa có tiếng thét, có máu, nước mắt, có yêu thương – và những công trình Tu Thư Võ Học để đời.

Bởi thơ anh đã phản chiếu tâm hồn anh - CAO KHIẾT - TĨNH LẶNG và TỊCH MỊCH!
Và với riêng tôi, Phương Tấn còn là một người Việt cao quý!

50* ***Năm 2023 - Bài viết của nhà giáo Lê Chung sau bài phát biểu "Một Chút Gì Về Phương Tấn - Đời & Thơ" của Tiến sĩ, nhà giáo Nguyễn Đại Hoàng:***
NẠN NHÂN CỦA MỘT LỊCH SỬ ĐẦY OAN TRÁI

Năm 2009, khi tham gia học lớp trung cấp lý luận chính trị, tại trường chính trị Nguyễn Văn Cừ tỉnh Bắc Ninh, một ông thầy giáo dạy Triết học Mác - Lê Nin, đã phát biểu một câu như sau: Các nhà văn Việt Nam đã nợ hai cuộc chiến ở Việt Nam, một tác phẩm văn học mang tầm cỡ thế giới như kiểu CHIẾN TRANH VÀ HOÀ BÌNH, của LépTônxtôi. Thì tôi đã trả lời ông ấy rằng: Không phải các nhà văn Việt Nam nợ hai cuộc chiến, mà chính hai cuộc chiến đó đã nợ các nhà văn, nhà thơ Việt Nam một sự trung thực, sự chính trực, sự tiến bộ, sự văn minh, trong sự hoà hợp dân tộc.

Hôm nay, được đọc bài phát biểu "Một Chút Gì Về Phương Tấn – Đời & Thơ" của Tiến sĩ, nhà giáo Nguyễn Đại Hoàng, tôi bỗng nhận thấy, mình đã rất đúng, rất thỏa đáng với câu trả lời như trên. Một điều chắc chắn là: Dân tộc Việt Nam, không thiếu những nhà văn, nhà thơ thiên tài kiểu như LépTônxtôi. Nhưng hai cuộc chiến tranh đó đã không những không tạo cho họ một không gian để sản sinh ra những tác phẩm văn chương vĩ đại. Mà trái lại, nó đã kéo một thứ gì đó vô cùng đẹp đẽ vào trong một cuộc chiến PHI Ý THỨC lầy lội của loài người. Nó đã làm cho các nhà văn, nhà thơ như Phương Tấn, Tô Thùy Yên, Trần Hoài Thư, Trần Trung Đạo... trở thành những nạn nhân của một lịch sử đầy oan trái.

Xin gửi lời tri ân sâu sắc của một bạn đọc yêu Thơ & Đời Phương Tấn, đến Tiến sĩ, nhà giáo Nguyễn Đại Hoàng về một bài phát biểu thật hay, thật sâu sắc về một nhà văn hóa rất lớn, một nhân cách vĩ đại, trong nhiều lĩnh vực của văn hóa, văn học - PHƯƠNG TẤN. Qua bài phát biểu này, chắc chắn mọi người đọc sẽ hiểu sâu hơn về một thiên tài XỨ QUẢNG, của Miền Nam Việt Nam. Một điều mà nền Giáo Dục XHCN ở Miền Bắc không bao giờ có thể có được.

51* *2023 - Hồi đáp của Tiến sĩ, nhà giáo Nguyễn Đại Hoàng:*

MỘT NHẬN ĐỊNH RẤT KHOA HỌC VÀ CHÍNH XÁC.

Bài viết chân thành và khiêm tốn của thầy giáo Lê Chung. Điều mà chúng ta thấy đằng sau thi tài của nhà thơ Phương Tấn chính là lòng yêu đất nước và ngôn ngữ Việt. Điều mà chúng ta nhận ra nữa ở Phương Tấn chính là một phong cách sống giản dị mộc mạc của người Việt xưa. Bởi vậy khi thầy giáo Lê Chung nói Phương Tấn là một nhà Văn Hóa - thì đó là một nhận định rất khoa học và chính xác. Xin cảm ơn thầy giáo Lê Chung.

California, USA 01-11-2023
Con của Mẹ,
Phương Tấn

Tranh BÉ KÝ

PHƯƠNG TẤN

Tên thật: Nguyễn Tấn Phương
Sinh năm 1946 tại Đà Nẵng.

*** Các bút hiệu đã ký:**

Phương Tấn, Nguyễn Tấn Phương, Hồ Tịch Tịnh, Thích Như Nghi, Người Thành Phố, NTP, Chị Ngọc Ngà, Phương Phương, Hồng Ân, Thái Thị Yến Phương...

*** Các báo đã cộng tác:**

Tuổi Xanh, Tuổi Ngọc, Tuổi Hoa, Tinh Hoa, Áo Trắng, Mây Hồng, Phượng Hồng, Thằng Bờm, Phổ Thông, Mai, Thời Nay, Bách Khoa, Văn, Văn Học, Dân Ta, Ngàn Khơi, Khởi Hành, Hồn Văn, Tiểu Thuyết Tuần San, Quật Khởi, Cấp Tiến, Văn Nghệ Tiền Phong, Phụ Nữ Diễn Đàn, Độc Lập, Đuốc Nhà Nam, Thế Hệ Trẻ, Ngôn Luận, Dân Chủ, Hòa Bình, Thế Đứng, Bạn, Bạn Trẻ, Công Luận, Thực Tế, Gió Mới, Kiến Thức Ngày Nay, Thể Thao, Thể Thao Ngày Nay, Văn Nghệ & Đời Sống, Điện Ảnh & Kịch Trường, Văn Tuyển, Văn Chương, Diệu Quang (Phật giáo), Vận Động, Quán Văn, Cửu Long, Đối Thoại (Đại học Văn Khoa), Lý Tưởng (Không Quân), Mối Dây (Hướng Đạo), Thương Yêu (Du Ca), Lập Trường (Huế), Sức Mạnh (Đà Nẵng), Sóng (Tuy Hòa), Sài Gòn Mới, Thư Quán Bản Thảo, Thế Giới Văn Học, Văn Hữu, Người Việt, Việt Báo, Việt Mỹ, Ngôn Ngữ, Ra Khơi, Chiến Sĩ Cộng Hòa...

Và các trang mạng: Newvietart, Núi Ấn Sông Trà, Vuôngchiếu, Saimonthidan, Thang-phai.blogspot, Học xá, Văn Thơ Lạc Việt, Tuongtri, Banvannghe, Art2all.net, Dutule.com, Saigon_ocean, Việt Luận Úc Châu, Vanchuongviet...

*** Chủ bút các tạp chí:**

1. *Sau Lưng Các Người* (1963)
2. *Cùng Khổ* (1968)
3. *Ngôn Ngữ* (1973)
4. *Ngôi Sao Võ Thuật* (1999 - 2010).
5. *Sổ Tay Võ Thuật* (1992 - 2014).

*** Trong Ban chủ biên:**

1. *Nghiên Cứu Võ Thuật* (1990)
2. *Tìm Hiểu Võ Thuật* (1990 -1992)

*** Khởi xướng tại Việt Nam:**

1. *The International Festival Of Vietnamese Traditional Martial Arts (Liên Hoan Quốc Tế Võ Cổ Truyền Việt Nam).*
2. *Hong Bang World Martial Arts Festival (Đại hội Võ thuật Thế giới Hồng Bàng).*

**** Tác phẩm đã xuất bản:***

1. *Rừng* (thơ in chung 1963, tuyệt bản).
2. *Vỡ* (thơ in chung 1965, tuyệt bản).
3. *Thơ Tình Của Một Thi Sĩ Việt Nam Trên Đất Mỹ* (xuất bản tại Hoa Kỳ đầu năm 1970, tái bản tại Việt Nam cuối năm 1970, tuyệt bản. Lưu trữ tại Cornell University Library USA năm 1970).
4. *Khổ Lụy* (thơ 1971, tuyệt bản).
5. *Trai Việt Gái Mỹ* (ký sự 1972, tuyệt bản).
6. *Hòa Bình Ta Mơ thấy Em* (bút ký 1972, tái bản 1974, tuyệt bản).
7. *Võ Sư, Đại Lực Sĩ Hà Châu - Phá Sơn Hồng Gia Quyền* (1992).
8. *Sáu Khuôn Mặt Võ Lâm Việt Nam* (1992).
9. *Wushu - Võ Thuật Trung Hoa Cổ điển & Hiện Đại* (Với Grand master Nguyễn Lâm, 1994).
10. *Quảng Nam Võ Đạo* (Một bộ 2 cuốn, 1995).
11. *Thái Cực Võ Đạo* (1997).
12. *Antoine Le Conte, Người Mang Theo Quê Hương - Antoine Le Conte, Celui Qui Porte Son Pays Dans Son Coeur* (Việt - Pháp, 2008).
13. *Những Người Mở Đường Đưa Võ Việt Ra Thế Giới - Pioneers Who Have Paved The Way For Vietnamese Martial Arts To The World* (Việt - Anh - Pháp, 2012, tái bản 2014).
14. *Di Bút Của Một Người Con Gái* (thơ, bút hiệu

Thái Thị Yến Phương xuất bản 2017, tái bản 2019).

15. *Lục Bát Phương Tấn* (thơ 2018, tái bản 2023).

16. *Lung Linh Tình Đầu* (thơ 2023).

17. *THƠ PHƯƠNG TẤN - Tuyển tập 1* (thơ 2023).

18. *Tuyển tập thơ văn THƯA MẸ* (2024).

**** Tác phẩm sẽ xuất bản:***

1. *Vớt Bình Minh Trong Đêm* (thơ 5 chữ).

2. *Chết Sững Giữa Cơn Mơ* (thơ).

3. *Di Bút Của Một Người Con Gái* (thơ, tái bản lần thứ hai).

4. *Hòa Bình Ta Mơ Thấy Em* (bút ký, tái bản lần thứ hai có bổ sung).

5. *Đà Nẵng - Máu, Nước Mắt và Tôi* (phóng sự những ngày cuối tháng 3/1975 tại Đà Nẵng - đã đăng nhiều kỳ trên nhật báo Độc Lập đầu tháng 4/1975) + *Nguyễn Thành Trung - Người Dội Bom Dinh Độc Lập Là Ai?* (bài báo, đã đăng trên nhật báo Độc Lập tháng 4/1975).

6. *Những Kẻ Xa Lạ Bỗng Chốc Hóa Thân Quen* (bút ký).

7. *Những Ngọn Nến Trong Cõi Ta Bà* (Bút ký).

8. *Phương Tấn - Bạn Văn, Báo Chí, Dư Luận.*

9. *Tự Điển Võ Việt.*

**** Thơ Phương Tấn có trong:***

1. *"Nhân Chứng"* (150 tác giả hiện đại, Cơ sở XB Nhân Chứng 1967).
2. *"Thơ Miền Nam Trong Thời Chiến"*. Bộ sách 2 cuốn do Thư Ấn Quán (Hoa Kỳ) xuất bản tại Hoa Kỳ năm 2009.
3. *"Văn Học Miền Nam 1954 - 1975"*. Bộ sách 2 cuốn. Nhận định, Biên khảo, Thư tịch do nhà phê bình văn học Nguyễn Vy Khanh biên soạn, Toronto Nguyễn Publishings xuất bản năm 2016, tái bản năm 2018.
4. *"Tác Giả Việt Nam - Vietnamese Authors"*. Lê Bảo Hoàng sưu tập. Songvan Magazine xuất bản năm 2005, NXB Nhân Ảnh (Hoa Kỳ) tái bản lần thứ nhất năm 2006, tái bản lần thứ hai năm 2017, tái bản lần thứ ba năm 2020.
5. *"Chân Dung Văn Nghệ Sĩ Việt"*. Bộ sách 2 cuốn. Nhà phê bình văn học, nhà thơ Ngô Nguyên Nghiễm biên soạn và giới thiệu qua 15 bộ môn văn học nghệ thuật Việt Nam. NXB Hội Nhà Văn xuất bản năm 2016 và 2018.
6. *"Chân Dung Bạn Văn."*. Nhà thơ, nhạc sĩ Phan Ni Tấn biên soạn và giới thiệu qua Online.
7. *"Theo Gót Thơ"*. Hà Khánh Quân tuyển chọn và giới thiệu. NXB Nhân Ảnh (Hoa Kỳ) xuất bản năm 2018.

8. *"Hư Ảo Tôi"*. Nhà thơ Tôn Nữ Thu Dung và Tạp chí văn học Tuong Tri (Hoa Kỳ) tuyển chọn và giới thiệu. NXB Tuong Tri xuất bản năm 2018.
9. *"Thơ Việt Đầu Thế Kỷ 21"*. Nhà thơ Luân Hoán, nhà thơ Lê Hân, nhà văn - họa sĩ Khánh Trường tuyển chọn. NXB Nhân Ảnh (Hoa Kỳ) xuất bản năm 2019.
10. *"43 Năm Văn Học Việt Nam Hải Ngoại"*. Bộ sách gồm 7 cuốn do nhà phê bình văn học Nguyễn Vy Khanh, nhà thơ Luân Hoán, nhà văn - họa sĩ Khánh Trường thực hiện. NXB Mở Nguồn (Hoa Kỳ) xuất bản năm 2019.
11. *"Những Vần Thơ Chạm Lửa"*. Nhà phê bình, nhận định thơ Nguyễn Xuân Dương biên soạn và giới thiệu. NXB Đại học Thái Nguyên xuất bản năm 2019.
12. *"Về Nhánh Sông Xưa"*. Nhà thơ Cao Thoại Châu tuyển chọn và giới thiệu. NXB Hội Nhà Văn xuất bản năm 2019.
13. *"10 Nhà Thơ Việt"*. Chuyên đề "Suối Nguồn" do nhà phê bình văn học, nhà thơ Ngô Nguyên Nghiễm biên soạn và giới thiệu. NXB Hội Nhà Văn xuất bản năm 2019.
14. *"Thơ Những Người Thua Cuộc - Poems Of The Losers"*. Nhà thơ Nguyễn Hữu Thời tuyển chọn và dịch thuật. NXB Sống (Hoa Kỳ) xuất bản năm 2019.

15. *"Thơ Người Việt Ở Hải ngoại"*. Nhà thơ Lý Phượng Liên và nhà thơ Nguyễn Nguyên Bảy tuyển chọn. NXB Hội Nhà Văn xuất bản năm 2019.

16. *"Tình Nghĩa Mẹ Cha"*. NXB Nhân Ảnh (Hoa Kỳ) tuyển chọn và xuất bản năm 2020.

17. *"Nhà Thơ Nhà Văn Việt Giữa Thế Kỷ XX"*. Một bộ 3 cuốn do nhà phê bình văn học, nhà thơ Ngô Nguyên Nghiễm biên soạn và giới thiệu, NXB Hội Nhà Văn xuất bản năm 2020.

18. *"Tuyển Thơ Tình Người"*. Nhà thơ Lê Quý Long tuyển chọn, NXB Đồng Nai xuất bản 2022.

19. *"Tình Thơ Quê Hương"*. NXB Nhân Ảnh (Hoa Kỳ) tuyển chọn và xuất bản năm 2023.

20. *"Cuộc Phẫu Thuật Văn Chương"* Nhiều tác giả. Nhà thơ Lê Mai Lĩnh tuyển chọn, NXB Nhân Ảnh (Hoa Kỳ) xuất bản năm 2024.

21. *"Nhịp Điệu Việt - The Rhythm Of VietNam"* Nhiều tác giả. Nhà thơ, dịch giả Võ Thị Như Mai tuyển chọn và chuyển ngữ, NXB Hội Nhà Văn xuất bản năm 2024.

...

Tranh BÉ KÝ

PHƯƠNG TẤN

TUYỂN TẬP THƠ VĂN

Thưa Mẹ

MỤC LỤC

* THƠ - THƯA MẸ

** VĂN - NHỮNG TRANG BÚT KÝ RỜI GỬI MẸ*

Liên Lạc Tác Giả
Phương Tấn
phuongtanlacdatuton@yahoo.com

Liên Lạc Nhà Xuất Bản
Nhân Ảnh
han.le3359@gmail.com

www.ingramcontent.com/pod-product-compliance
Lightning Source LLC
LaVergne TN
LVHW010648051026
849532LV00001B/216
* 9 7 9 8 8 6 9 1 0 8 8 7 6 *